Tuyển tập thơ du tử lê
1957-2015

TUYỂN TẬP THƠ DU TỬ LÊ 1957-2015
(Ấn bản lần thứ 2. Thêm 54 bài thơ mới 2013-2015)
Tác phẩm thứ 63 của Du Tử Lê

Mẫu bìa, tranh và phụ bản: Lê Thiết Cương
Bìa 4, chân dung tác giả: Tuấn Khanh
Dàn trang: Lê Giang Trần

HT Productions
Xuất bản lần thứ nhất tại Hoa Kỳ, 2015
Tác giả và HT Productions giữ bản quyền © 2015
All rights reserved.

IBSN: 978-1-943101-04-7

DU TỬ LÊ

TUYỂN TẬP THƠ
1957-2015

(ẤN BẢN LẦN THỨ 2)

HT Productions
2015

MỤC LỤC

1. Thơ Du Tử Lê	19
Bìa tập THƠ DU TỬ LÊ	21
tuyên ngôn	23
bến tâm hồn	24
thư cho em	25
nhân danh một cuộc đời	26
từ cô đơn	27
trả thượng đế	28
2. Tình Khúc Tháng Mười Một	29
Bìa tập TÌNH KHÚC THÁNG MƯỜI MỘT	31
3 đoản khúc ngựa hoang	33
có gì đâu	34
ngồi trong đêm	35
ngựa ca	36
khát vọng cho con	37
khi người về	42

tôi, du tử lê	44
gặp lại cao chu thần	48

3. Tay Gõ Cửa Đời   49
Bìa tập TAY GÕ CỬA ĐỜI   51

thạch sùng	53
dốc đá	56
bài cuối 66	58
nạn nhân	59
mãn cuộc	62
cái rơi	64
tay gõ cửa đời	65
67, khúc thêm cho huyền châu	68
dưới ghềnh đá	70
cung thủ	73
cho ngày mười bốn tháng mười một	76
Phụ bản - Lê Thiết Cương	81

4. Thơ Du Tử Lê (1967-1972)   83
Bìa tập THƠ DU TỬ LÊ   85

khúc thụy du	87
những dòng cuối sáu tám	92
dỗ giấc người bất hạnh	98
phúc âm nàng	102
khởi đầu một kiếp	110
vỡ lòng cho một người con gái mỹ	117
phúc âm riêng của hai người	126
khi trông thư thụy châu	128
lúc người chết	129
tình sầu du tử lê	132
thập tự	134

5. Đời Mãi Ở Phương Đông — 137
Bìa tập ĐỜI MÃI Ở PHƯƠNG ĐÔNG — 139

ở phương đông — 141
bài T. Ng. — 144
sinh nhật, 12 — 145
khi tưởng tới người vắng mặt — 146
một bài thơ nhỏ — 148
trong trí tưởng huế — 150
mưa, hình dung H.T. — 151
khi bắt đầu của những năm ba mươi — 152
vẫn mãi ở phương đông — 156
về từ vô vọng — 158
kiếp sau, xin giữ lại đời cho nhau — 160

6. Thơ Tình Du Tử Lê — 161
Bìa tập THƠ TÌNH — 163

đêm, nhớ trăng sài gòn — 165
khi tôi chết, hãy đem tôi ra biển — 166
thấy bình minh trên sa mạc utah, nhớ mẹ già — 168
kẻ từ phương đông qua — 169
cõi tôi — 176
thơ viết từ camp pendleton — 177
khúc tháng hai — 182
khúc k. riêng chàng — 184
sông ngọc — 186
di chúc của một chia tan — 188
khúc tháng chín — 190
tháng chạp, mới — 192
em về thăm thẳm núi, non — 194
thu khúc, một — 196

bài thu hồng tháng tám	198
nhớ lại trong đêm nay	200
Phụ bản - Lê Thiết Cương	203

7. Ở Chỗ Nhân Gian Không Thể Hiểu — 205
Bìa tập Ở CHỖ NHÂN GIAN KHÔNG THỂ HIỂU — 207

vì em tôi đã làm sa di	209
bài nhân gian thứ nhất	212
bài nhân gian thứ ba	214
còn thơm tay quý phi	216
bài nắng mưa thứ nhất	218
trong tay thánh nữ có đời tôi	220
thấy trăm năm chỉ tựa một đôi giờ	222
mất hay còn chưa hẳn khác nhau đâu	226
bên nào?	228
từ mẫu	229
sơn tự thi	230
đi với về, cũng một nghĩa như nhau	232
giữa trưa có kẻ cuồng điên khóc	233
chẳng bao giờ dậy nữa	236
từng phút lầm ăn năn	238

8. Đi Với Về, Cũng Một Nghĩa Như Nhau — 239
Bìa tập ĐI VỚI VỀ, MỘT NHƯ NHAU — 241

hiến chương tình yêu ngày 14-2	243
cửa quên, chung	246
tôi trở về trên những dặm gai đâm	247
tôi có người để nhớ đến tương tư	250
nhớ Bành Nho những trưa ở mì la cay	254
chẳng chiến chinh mà cũng lẻ đôi	255
buổi sáng thở cùng tôi hơi hướm mẹ	258

phúc âm ngoại giáo	260
bay suốt đời chưa thấy được mình	261
chữ cũng như người đau biết bao	264
thương mẹ đã lưng đồi	265
ta tiếc thiên đàng sớm lập xong	268
thức dậy trên gác nhà Nguyễn Ang Ca ở bruxelles nhớ thao thiết một người	269
chim soải cánh rớt tiếng về nam hải	270

9. Chấm Dứt Luân Hồi: Em Bước Ra — 271

Bìa tập CHẤM DỨT LUÂN HỒI: EM BƯỚC RA	273
thơ ở thời của những người không tuổi trẻ	275
tự tình, phương tây	278
khúc Hạnh T., 6	280
và mười chín tôi, một lần nữa	281
khúc mười chín, tháng 9	282
khúc Hạnh T., chia lìa	283
khúc Hạnh Tuyền, núi sông	284
phác họa, hoa thịnh đốn, 4	285
lục bát năm mươi	288
thơ tình năm hai ngàn	289
quê hương là người đó	292
Phụ bản - Lê Thiết Cương	293

10. Nhìn Nhau Chợt Thấy Ra Sông Núi — 295

Bìa tập NHÌN NHAU CHỢT THẤY RA SÔNG NÚI	297
biển, gương, seattle	299
riêng: biệt ly... quá đỗi	300
tuyên ngôn của những người không cần kiếp sau	306
sinh nhật T., riêng	312

11. Sông Núi Người Thơm Nỗi Nhớ Nhà — 313
   Bìa tập SÔNG NÚI NGƯỜI THƠM NỖI NHỚ NHÀ — 315

riêng em thì không đặng xóa, bôi đi — 317
việc gì em phải khóc — 318
sầu ta ngang núi, sông — 319
hoán vị — 320
người đền ta ngực mẹ — 324
mũi đinh người đóng nốt xuống ta, đi — 326
được một ngày ngưng gió bão, cùng T. đi nhậu ké
                  với mai thảo — 327
tôi nào? — 328
và, lục bát, và, nguyên sa — 329
tình yêu, trang ruột và, bìa sách — 330
phác họa 95/3 — 336
giống thú lớn hiếm hoi dần, tuyệt chủng — 337
chú thích — 340
thơ ở những nơi, những người và, những tháng mười một — 341
chỗ ngồi đâu lưng — 344

12. Chỉ Như Mặt Khác Tấm Gương Soi — 345
   Bìa tập CHỈ NHƯ MẶT KHÁC TẤM GƯƠNG SOI — 347

game màu chính của thế kỷ 21 — 349
thư gửi tác giả the color purple — 350
khi trở về tôi sẽ hóa E.T. — 352
ai di truyền gene nhớ ấy cho ta — 354
những điều không người nào (dù cao hứng)
                  có thể tặng cho tôi — 356
điều duy nhất cuối đời / em nên biết / — 358
   Phụ bản - Lê Thiết Cương — 363

13. Hoa Nào Tin Quả Đắng Đến Không Ngờ   365
Bìa tập HOA NÀO TIN QUẢ ĐẮNG ĐẾN KHÔNG NGỜ   367

(và,) nhân gian nào phải chốn đi, về   369
thơ từ notebook tháng 11-97 (hay những cơn
 giấy nẩy cuối cùng của hy vọng)   370
giả thuyết vỏ ốc   371
đêm, thuộc da trong lò nhuộm tâm, thần   372
đầu tư cổ phần   373
những ngày ở garden grove, chờ bão el nino   374
triết lý tạm dung   376
giữa vô và hữu hạn   377
riêng em biết: tôi chưa hề có tuổi /
 khi yêu người tôi mới lớn, cao hung   378
những sự thật bị bỏ quên   380
thơ của nnhững người rất ít khi ngẩng đầu   381
hãy tiếp tục nguyền rủa chiếc bóng   384
môi người cũng như một giỏ hoa   386
nơi cất giấu an toàn nhất   388
hình dung một quyển sách khác   390
lời xin lỗi, đồng thời cảm ơn của cục đất sét, khác   391
một nửa đêm nào / năm 2000+   394
tôi ngoại tình: sinh nở một tôi, riêng   396

14. Trường Khúc Mẹ Về Biển Đông   397
Bìa tập TRƯỜNG KHÚC MẸ VỀ BIỂN ĐÔNG   399

khúc thứ hai: những cánh cửa sổ, hồi chuông và buổi sáng   401
khúc thứ năm: cõi mẹ về   423

15. (Nếu Cần,) Hãy Cho Bài Thơ Một Tên Gọi   433
Bìa tập (NẾU CẦN,) HÃY CHO BÀI THƠ / MỘT TÊN GỌI   435

hạnh khúc, khác   437

tôi rạng ngời địa ngục!?!	438
giữa căn phòng / chuếnh choáng / tiếng kêu / riêng?	440
cloning / tôi / bình minh / thơ ấu	442
lưỡng thể / tôi /	443
nơi an nghỉ cuối cùng, biển	444
e-mail (tỏ tình.)	448
đừng nhìn tôi bằng mắt	449
thịt / da ai / cũng ngát một linh hồn.,.	450
những điều ta bằng quên, trong đời, sống	451
gối, chăn kia, thương mãi chỗ ai nằm?!?	456
chẳng lớn lao nào hơn cô đơn.!.	457
giọt lệ lên mầm trong hạt kinh…	458
người / thơm tho tôi / mấy đời /	459
tôi muốn nhắc: niềm vui là nấm mộ / chỉ nỗi buồn mới thực của ta, riêng!!!	460
(nếu cần,) hãy cho bài thơ một tên gọi!?!	462
với tâm đức phật / trong hình hài tôi	466

16. Lại Chuyện Văn / (Lần Này, Ít Thôi) / Với Bệnh Ung Thư 469

Bìa tập LẠI CHUYỆN VĂN / (LẦN NÀY, ÍT THÔI) / VỚI BỆNH UNG THƯ	471
thơ ở một ngày, ở một thời nào đó, trong bệnh viện	473
trả lại đời sạch sẽ	476
lại chuyện văn! (lần này, ít thôi,) với bệnh ung thư	477
trả lời # 6	484
em kỳ quan thứ tám / mây phóng sinh lời nguyền	485
tình yêu thời (@	488

17. Năm Chữ Du Tử Lê Và 12 Bài Thơ Mới   489
Bìa tập NĂM CHỮ DU TỬ LÊ VÀ 12 BÀI THƠ MỚI   491

trở giấc cùng hư vô   493
chúng ta những đứa trẻ: cần quá đi tình yêu   494
kỷ niệm như chúng ta   495
nuôi tôi lời hứa, dối   496
những ngón tay biệt, ly   497
bọc bên ngoài thảm kịch   498
xúc xiểm tôi: mùi hương   499
khi đón, chào năm mới ở garden grove, california 500
tôi, đưa tay điều chỉnh nhiễu âm, nàng   504
người cuối cùng là em, cũng vắng mặt   506
cõi / tôi / khác   508
tháng sáu: ký-họa-gió   509
kỷ niệm chia nghìn tay   512

18. Biệt Khúc   513
Bìa tập BIỆT KHÚC   515

tháng tư T., biệt khúc, khác   517
mỗi chân dung là: những đã, đang là...   520
trái tim lập mộ (không tro, cốt!)   522
biệt khúc, núi   523
hò hẹn với chia, ly   530
cho những điều khi chết sẽ mang theo   532
riêng gối, chăn giữ được tháng, năm, xưa   534
kỷ niệm bất ngờ, tuột tay, rớt theo chiều thẳng đứng 535
bài 60, tân niên   542
tôi thấy dòng sông trong mắt em   544
những ngày ở virginia với bằng hữu   546
trước khi thành quá muộn   558
tôi trôi theo tôi-con-sông   560

19. 54 Bài Thơ Chưa Hề Có Trong Sách   561
Phụ bản tranh - Lê Thiết Cương   563

mẹ đã xa và, ai sẽ quên?!!,   565
kỷ niệm kiếng chân soi...,   568
valentine-day. tôi. một ngày khác,   570
dốc ngược đời sau: đi tìm nhau,   574
hãy nói về cuộc đời,   575
chẳng khác chi những lời chúc dữ!.!,   583
tôi nghe thịt / da mình rách. toác,   590
đêm tặng tôi thân-thiết-đóa-thiên-thu,   593
chiêm bao, gió và, cõi khác,   594
lúc tình yêu hiện ra: như một người khách, lạ,   597
như núi đã cúi đầu,   600
những chiếc lá khi rơi / nói điều chỉ chúng hiểu,   604
bài thì, mà, là...   606
những năm, tháng trải rơm cho kiếp khác,   612
giữa rừng em cỏ mượt,   616
nhớ những ngày cuối cùng của hc ở bệnh viện,   618
và , tôi không dấu vết,   620
cuối năm. thơ. quê người,   624
tôi tìm chỗ cất mùi hương,   637
mở trong tôi cửa khác,   638
thơ, gửi một họa sĩ, ở cách tôi nửa vòng trái đất,   640
có những điều, chỉ chúng ta biết,   645
tôi thế chấp đời còn cho bóng tối!.!   648
con đường dắt tay em đi,   650
tình yêu giúp ta vượt trên số phận,   651
trôi tận cùng cõi, khác,   654
tôi đã trả môi người cho tháng sáu,   658
ngọc lan và, nơ vàng,   660

thảo nào! thế nhé. thương yêu,	668
ủ bệnh giữa hư vô,	670
khủng bố. trắng,	673
cảm ơn cái kiến, cái ong.	676
và, mái hiên bỗng lên cơn sốt…,	677
cho tôi. cho nhé nỗi buồn!.!	680
nếu tôi không còn yêu em…,	681
cõi tôi. còn nửa chỗ…nằm,	683
đôi môi em: vú mẹ thuở thanh xuân,	684
những vòng ôm kế tiếp đời này,	685
những ngày tôi mất tích,	693
thơ ở ngH,	698
thi sĩ	700
tôi là…!?!	702
thơ nhặt từ trái tim nắng, gió, cũ,	703
ta đi qua đời mình: không phó bản,	706
tôi thấy tôi rạng đông: từ môi người trái cấm,	710
thơ ấu tôi hồi sinh,	712
và, em yêu, độ lượng,	713
cửa thiên đàng hé mở	714

Thơ Du Tử Lê
xb. 1964

thơ du tử lê

thế phong vào đề • bạt vương tân

tuyên ngôn

tôi còn tiếng nói
tôi còn linh hồn
tôi còn dĩ vãng
tôi còn quê hương
tôi còn lịch sử
tôi còn là tôi
một trời khốn khổ
Việt Nam
        ơi Việt Nam

bến tâm hồn

lênh đênh hồn phủ phương này
thương mưa Hà Nội nhớ mây Hồng Hà
mười năm dài những xót xa
bờ hoang bến quạnh thiết tha ngọn nguồn
mênh mông hồn ngủ phương buồn
đêm sương Cầu Giấy, Chợ Hôm canh gà
tóc thề nẻo gió áo hoa
trôi từ chinh chiến trôi qua điêu tàn
lênh đênh hồn cắm sào ngang
năm ô tuổi nhỏ buồn hoang ngọn cờ.

THƯ CHO EM*

ngày nao quen nhau mà nay u buồn
ngày nao yêu nhau mà nay dỗi hờn
em còn đó không? những chiều mùa hạ
em còn đó không? những đêm mùa đông

tháng nào lá bay, bay trong lòng đời
tháng nào mưa rơi, rơi trong lòng người
tình tôi đam mê, hồn tôi yếu đuối
ánh mắt nụ cười em đã giết tôi

mai em lấy chồng em nhớ đến ai
mai em lấy chồng, em đừng quên tôi
tôi vẫn còn yêu (dù nghìn năm bóng lẻ)
tôi sẽ hôn em lệ xanh ngoài đời

mai em có con, tay bế tay bồng
mai em yêu con, mai em thương chồng
tôi chỉ xin em một lần kể lại
chuyện em sang sông: có tôi đau lòng

đời nào hạnh phúc? đời ai dạn dày?
phương nào gió nổi? phương này mưa bay
tôi vẫn còn đi về ôm bóng tối
chân bước âm thầm cây lá chia tay.

(*) Mai Trường, Vũ Thành An soạn thành ca khúc.

nhân danh một cuộc đời

nhân danh người mất cắp
buồn tuổi thơ bao nhiêu
nhân danh đời héo hắt
hậu thân loài rong rêu
cánh tay trần nước mắt
ôm tình yêu bọt bèo

nhân danh là bóng tối
xin người chút lửa vui
nhân danh ngày tháng rỗng
với linh hồn chết trôi
đôi mắt quầng đắm đuối
từ khi đeo tình người

nhân danh là hiện tại
sau một lần đầu thai
nhân danh là dĩ vãng
sau một lần yêu người
tôi trốn vào quên lãng
cùng ngấn lệ khôn vơi

TỪ CÔ ĐƠN

hàng cây thì cúi xuống
lũ đèn đường đứng lên
trời bày cho mây cuốn
bóng tối dồn hơi đêm

một mình thì cô đơn
thư phai cùng dỗi hờn
lần tay tìm cảm giác
thời gian trôi lâu hơn

hè đường thì phơi trần
tiếng giày sau gót chân
mưa bay cùng khói thuốc
xóm khuya ôm buồn thầm.

công viên thì đợi chờ
phải tôi thì làm thơ
đàn bà là khởi điểm
tình yêu và tôn thờ.

trả thượng đế*

xin đem về xích đạo
linh hồn tôi đêm nay
ân tình xuôi sa mạc
niềm tin thành mây bay

xin đem về xích đạo
nhớ thương lên bàn tay
không còn ai muốn nhận
không còn ai cho vay

xin đem về xích đạo
cả quỷ thần hai vai
mắt nguôi dần ảo mộng
ôi! nát bàn Như Lai

xin đem về xích đạo
linh hồn tôi đêm nay
ôm từng ngày trống rỗng
đầu thai là đi đầy.

(*) Ngọc Tiến soạn thành ca khúc.

Tình Khúc Tháng Mười Một
Xb.1965

TINH KHUC THANG MUOI MOT

DU TU LE

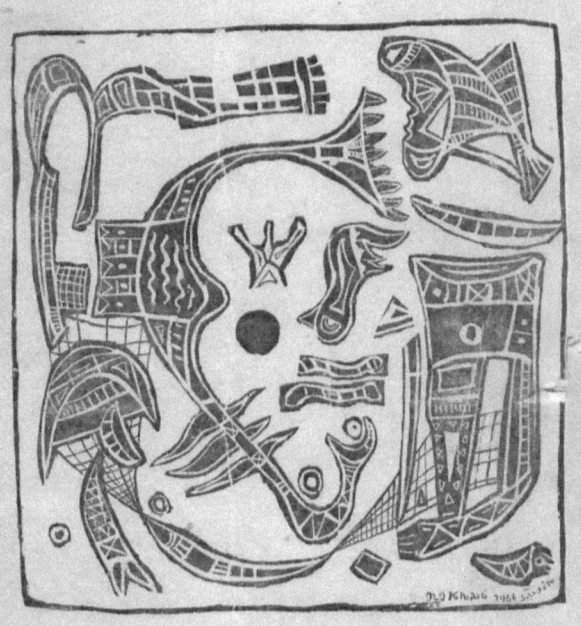

3 đoản khúc ngựa hoang

1.
bây giờ con cũng điêu linh
lối xưa vùi dập bãi mòn xương phơi
máu ngang tầm hái tay người
lệ se từng bước ngậm ngùi nẻo trông
bây giờ củi chở đầy sông
kinh hoàng đẫy giấc bập bùng lửa reo

2.
sóng chân ba móng chia trời
đêm nghiêng vách đá giọng cười đáy sâu

3.
lênh đênh lớp gió đi về
bặt âm tiếng nhạc mù mù bóng hoang
thôi qua dặm ấy điêu tàn
nghe xa tiếng gọi lời không vọng ngàn

đấy em! ngựa đã tan đàn
chúng ta càng lớn khôn càng chia xa.

CÓ GÌ ĐÂU

anh đã bảo ngủ đi hỡi cô nàng bé nhỏ
đạn nổ đều nhưng đạn nổ rất xa
dù cho mai kia đạn sẽ nổ gần
thì cũng thế mà thôi có gì đáng lạ
không lạ chứ phải rồi - từ khi chúng mình mở mắt
bom đã reo mừng đạn đã reo vui
ngày đã đau thương đêm đã ngậm ngùi
máu vẫn chảy và thây người vẫn đổ.

anh đã bảo ngủ đi hỡi cô nàng bé nhỏ
quê hương này em đã trót đầu thai
mảnh đất này hoa sớm nở sớm phai
tình sớm đẹp để rồi tình sớm lỡ
hàng rào kẽm canh chừng bọn anh những thằng toan
                    bỏ cuộc
tiếng kèn đồng thúc giục bọn anh điên
hỏa châu soi đường dẫn lối đêm đêm
từng tấc đất ngủ yên từng số phận
từng con mắt kinh hoàng từng bàn chân lận đận
từng ngón tay ôm cò súng lăm le

anh đã bảo ngủ đi hỡi cô nàng bé nhỏ
có gì đâu đêm đã thế từ lâu
có gì đâu đời đã thế từ lâu

ngồi trong đêm*

đêm có mắt
đêm bảo tôi đừng ngủ
đêm có tay
đêm ru tôi đừng buồn
đêm có tủi hờn
cho tôi làm vốn
đêm có chân
đẩy tôi vào đời
đêm có lời
nhưng là lời áo não
đêm có tử thi
bày bên rào kẽm
đêm có người tình
áo trắng đông phương
đêm có sông
có đồng cát lở
đêm có khăn tang
quấn phủ đầu mình
đêm vuốt mặt anh - đêm ủ mặt em
đêm có một mình - có một mình em
đêm có một mình - có một mình anh

(*) Anh Bằng soạn thành ca khúc.

Ngựa ca

1.
giọt ngủ trong giọt ngủ ngoài
yêu em con phố dỗ dài tiếng xe
chiêm bao tay lạnh vỗ về
cây nghiêng dốc bãi lá che tượng gù
yêu em mấy đủ đền bù
ôm con bóng mẹ tù mù góc hiên

2.
ngựa về buồn bã bao đêm
giây cương đã dứt ưu phiền chưa khuây
ngựa về nước kiệu đêm nay
khói un Ngã Bảy tình bay đỉnh trời
ngựa về đêm đã hồ lơi
nghe anh thương nó một đời lêu đêu

3.
ngựa về bước rất so ro
xin em cột chỉ vòng vo cổ chàng.

khát vọng cho con

1.

đêm bắt đầu thật sớm trên từng lớp tôn ám khói
bố cũng bắt đầu ấm ức về tương lai con trong căn nhà hộp
                                    vuông vắn này
bố không biết phải nói với con những gì đây
hỡi đứa con trai bố chưa hề biết mặt chưa hề đặt tên
bố nghĩ rằng có thể bố sẽ chết bất thình lình
bây giờ cái chết không còn ai lấy làm lạ
vì nó sát cạnh bên ta như hình với bóng
nếu có chết, bố cũng không ân hận gì
một khi đã coi nó như một lối giải thoát bất đắc dĩ
nhưng vô cùng màu nhiệm
sự chết chính là phần thưởng cuối cùng và duy nhất cho
                        những người có mặt hôm nay
chỉ khốn nạn cho bố không biết sẽ để lại cho con những gì
những gì đây con?
khi hiện tại bố chạy ăn từng bữa
còn nói chi tới đất đai của chìm của nổi.

2.

đêm bắt đầu thật sớm trên những lớp tôn ám khói
bố thầm nghĩ không lẽ để lại cho con chiếc mũ sắt này
với những vết đạn xuyên thủng
những vết đạn tròn ngoan như đôi mắt trẻ thơ
(đôi mắt trẻ thơ hoài nhìn bố)
và bố phải mang ơn nó, nếu không có nó chắc bố đã bị
                              tiêu ma hồn phách
trước khi kịp có ý nghĩ về con
bố thầm nghĩ không lẽ để lại cho con khẩu súng trường này
một chứng tích hãi hùng luôn nhắc bố đừng quên
mày là tên sát nhân vô trách nhiệm
bố thầm nghĩ không lẽ để lại cho con cuộn thép gai này
cuộn thép gai rỉ hoen máu người
dù bố rất quý nó - vì chính nó giúp bố yên tâm phần nào
                    mỗi lần ngồi gác trong lô cốt
mỗi khi địch bò vào - những ống bơ sữa bò mắc đó
                         khua lên báo động

hệ thống mìn ngầm dưới hàng kẽm sẽ tự động nổ tung và
        giòn tan từng mảnh thịt người rất tươi - rất tươi con ạ
bố thầm nghĩ không lẽ để lại cho con một bản danh sách
                        những người đã chết
dù chỉ ghi tên chú bác và bạn bè của bố
cũng không được vì làm sao bố nhớ hết
phải thế không con?
khi mỗi lần xem tin cáo phó - bố đã dửng dưng như khi
                            nghe tin khí hậu
sợ còn bình thản hơn thế nữa
làm sao hơn được phải không con
vì thời đại bố cần có thì giờ để nghe và dò xổ số
cùng tơ tưởng tới lúc trúng số (dù chỉ là trúng an ủi
                                hai ngàn đồng)
hai ngàn đồng to lắm nghe con
phải lập sẵn cả một chương trình tiêu xài cẩn thận
tuy hai ngàn chỉ đủ may một chiếc quần dạo phố.

3.

đêm đã xuống thật sâu và mềm sũng nơi từng kẽ hở vách nhà
bố vẫn còn ấm ức không biết để lại cho con những gì khi chết
chẳng lẽ không có gì cho con
ít nhất thì bố cũng đã sống được nửa đời người mà
         không có lấy một di sản nào
điều đó quả vô phước cho con và nhục nhã cho bố
hay bố sẽ để lại cho con
một báu vật hiếm hoi đã mấy đời tìm kiếm nhưng hoài
         tuyệt vọng
con đoán được không, vật báu hiếm hoi vô cùng tuyệt diệu
vật mà ông nội con nhắm mắt đã ước ao sau này bố sẽ
         được hưởng
nhưng tủi thay cho vong linh người quá cố
vì tới nay
với bố tất cả vẫn chỉ là mộng ảo
nên bây giờ bố khẩn nguyện cho thế hệ con sẽ tìm kiếm được
đó là khát vọng yên bình mai sau
và con sẽ không phải là bố hôm nay
con và bè bạn con sẽ không phải lê bước lầm than
trên lộ trình cốt nhục.

4.

hỡi đứa con trai mà bố chưa hề biết mặt - chưa hề đặt tên
đêm đã phủ dày trên quê hương mình
đêm đã ướt sũng từng manh chiếu vá vải thâm
đêm thật mềm và mềm loãng như niềm hy vọng mai sau
niềm hy vọng mai sau bao giờ mới thành sự thực?
và con - con có còn không khi sự thực hình thành?

khi người về*

người về đâu không người không về đâu
chiều chưa mưa nên chiều chưa thay màu
tôi cây me đứng rung từng lá
lá vàng rồi tôi cũng vàng theo

tình người say không tình người không say
đêm sắp sang nên đêm sắp ùa đầy
hồn tôi ngủ sớm trong tay áo
tay áo người bay hương ngất ngây

người yêu ai không người không yêu ai
lời tôi van xin lời tôi trải dài
trên trang nhật ký tôi than trách
tôi trách than người không tôi trách than ai

khi người về tôi không nhìn không trông
lòng tôi sông nước đủ trăm dòng
quanh co một nỗi buồn vô hạn
qua suốt một đời vẫn nhớ nhung

tình khúc tháng mười một • xb.1965

người không về nên lòng người dửng dưng
tình tôi mong nên tình tôi khôn cùng
xế trưa con nắng sầu cơn gió
tôi gió may nhiều tôi tủi thân

người thương người không người không thương
tôi xa xôi nên tôi chả được gần
người kiêu sa thế tôi đành ước
vôi vữa cho người lát tuổi xuân

người không về nên tôi cũng chả buồn đi
bao nhiêu dự tính có ra gì
bèo trôi từng lớp trên lưng sóng
tôi quá chân rồi tôi giết tôi

người phương nào người có nghe nôn nao
tôi ở đây nghe lòng tôi rì rào
lá me vàng rụng con đường nhớ
tôi nghĩ về người đêm ngày tôi xanh xao

(*) Nguyễn Hiền soạn thành ca khúc.

TÔI, DU TỬ LÊ

1.

năm mười sáu tuổi tôi chính thức khai sinh tên tôi lần thứ hai
sau lần khai sinh của bố mẹ
từ đó tôi bắt đầu làm thơ
tôi bắt đầu sống - bắt đầu đời tôi
như con sông bắt đầu ra biển
như tình người mới lớn rất nhiều bao dung
như lòng tôi bắt đầu mềm sũng
bắt đầu yêu ai bắt đầu bất hạnh
bắt đầu từ đó
tôi, du tử lê. tôi, du tử lê.

2.

năm hai mươi tuổi tôi chính thức khai sinh tên tôi lần thứ hai
sau lần khai sinh của bố mẹ
từ đó tôi bắt đầu kiêu hãnh, bắt đầu tủi hổ
tôi viết tên tôi như những dòng an ủi
như những dòng buộc tội
như những dòng trối trăn
du tử lê, du tử lê ơi
từ đó khúc khởi đầu của một kiếp người
của những gì đã qua và những gì sẽ tới
trên mảnh đất này muôn đời khốn khó
muôn đời chia tan.

3.

năm hai mươi tuổi tôi bắt đầu thù ghét tên tôi
bắt đầu vào đời, bắt đầu làm lính
và bắt đầu một tình yêu dành riêng cho người ấy
người ấy tóc dài như dòng sữa vắt ngang mặt tôi
người ấy mắt buồn như vì sao nào buồn bã nhất
buồn hơn sao hôm buồn hơn sao mai
buồn như quê hương ta
buồn như bố mẹ ta (một đời chưa hề vui)
người ấy với mười ngón tay chỉ kim móc sắt
mười ngón tay ve vuốt mặt tôi nạm đầy vết sẹo
mười ngón tay dài với trăm năm.

4.

năm hai mươi tư tuổi tôi bắt đầu nhàm chán tên tôi
sau bốn năm làm lính
sau bốn năm yêu người
sau những lần nhận xác người thân
tôi có gì? tôi có được gì đâu!
ngoài một sự thực
sự thực như đời tôi đạn bom
sự thực như những gì đang tàn
như tôi sống nhờ mượn lốt mang danh
những người không phải là tôi
để sống cho qua ngày phải thế không huyền châu
huyền châu ơi huyền châu
đó đoạn khởi đầu đời tôi
trở lui từ một chín sáu sáu.

Gặp Lại Cao Chu Thần

một người ăn mày nửa đêm đập cửa nhà tôi
xin tá túc qua giờ giới nghiêm
hắn nói tên hắn là Cao Bá Quát
tôi soi đèn nhìn rõ khuôn mặt hắn đầy vết thẹo
tôi tin lắm và bảo,
tôi có học và nhớ rất nhiều thơ ông
nhất là hai câu chót trước khi ông chịu tội tử hình.

bốn giờ sáng hết giờ giới nghiêm
trời bắt đầu mưa và lòng bắt đầu trống trải
gã hành khất ra đi, bỏ lại cho tôi một con dao dính máu
bây giờ tôi làm thơ đeo dao, hồi tưởng.

Tay Gõ Cửa Đời

Xb. 1967

DU TỬ LÊ

tay gõ
cửa đời

NGUYỄN
ĐÌNH
VƯỢNG

Thạch sùng

những lúc ngủ tôi thường quen lặp lại
một điều gì in là tôi đã nói
và đôi khi cũng lầm bầm
những khao khát từ lâu tôi hằng giấu kín

dù mơ ước không bao giờ làm nên sự thực
nhưng giúp mình bật dậy ở ngày mai
để kéo tiếp đời lên dốc đá
chờ một giờ
bỗng, buột ngã, xuôi tay

những lúc ngủ tôi thường quen nghiến răng
như loài nhai lại
tôi nhai nỗi buồn thầm
hoài hoài không nuốt được
thử hỏi làm sao tôi có thể đinh ninh
rằng mình đang hạnh phúc

ta trước mặt mọi người
không là ta lúc khuất

khi tôi ra khỏi nhà
thân đã được lau chùi đánh bóng

em thường khuyên bảo tôi
phải kiên nhẫn đợi chờ trái đời sẽ rụng

khi đêm dài chưa sang
ta không thể nói rằng trời sắp sáng

củi chưa đun
hồ dễ có than hồng

tôi sống như thạch sùng
đêm chép miệng từng hồi kiếm bóng

làm sao có ái ân
lúc một mình vò võ

em đừng tưởng đời em
không cần người sưởi ấm
khi hàm răng chưa một lần cắn vỡ
chính giọt lệ mình lúc chảy ngang môi

hãy cố sống đời ta
đừng vẽ lầm chân dung kẻ khác

tôi tự thuở ra đời
vẫn chưa chắc là người hay thú
sống dai dẳng kiếp mình
vẫn nghĩ bụng: - đời ta đâu phải thế

lúc tôi mất tình yêu
như khi đuôi con thạch sùng bị ai cứa đứt
đêm chép miệng than hoài
tiếc sao đời sớm cụt

em giờ ngủ ở đâu
ôm xác nào cứng lạnh
chắc tay chẳng còn thừa
để xé dành riêng tôi
dăm manh hạnh phúc cũ

mỗi chúng ta một vùng đất trũng
mà đau thương là mạch nước trôi xuôi...

DỐC ĐÁ

em bây giờ đã hết
những ngày trông thư xa
tôi từ lâu cũng mất
những chiều về ven sông
ngó hoài con nước muộn
hồn vật vờ bến xa
kè xưa bờ đá xám
mái đỏ tường vôi nâu
nắng soi chân cầu gãy
đêm nào mưa bay ngang
cảnh đời em khép vội

còn ai nghe giọng tôi
nghêu ngao bài hát cũ
tuổi xuân treo ngọn cờ
từng manh buồn rách rưới

khi chúng ta làm người
cửa thiên đường đã đóng
đời sống sẽ còn gì
lúc cuộc tình tàn lụn

ví thử em sống đủ đời mình
chắc đã được bao ngày hạnh phúc
tôi gian dối vì lòng tôi quá đỗi
xót thương mình nai lưng tìm hạnh phúc
khi dây đời đã trói chặt hai tay

bây giờ con nước cũ
dẫn mùa mưa đi xa
bây giờ bờ đá xám
có hồn ai dật dờ

ta sống rất tình cờ
cớ sao buồn lúc chết?

ai cũng thế mà thôi
kéo đời lên dốc đá
nhìn chưa rõ mặt mình
đã mơ về cõi khác.

Bài cuối 66

tôi lêu lổng suốt canh khuya
quanh co rồi cũng xe về với hiên
nâng then, tay mở cánh phiền
chân lơi thềm bước, rơi mềm ván cây
đèn mù, dơi ngủ, mái tây
rã rời, hơi thở tôi bay đầy phòng
thế thời này đến đi buôn
đời bôn tẩu đã quen thân, ngựa thồ
phố cao, gió thổi, bóng mờ
đêm lu, trời lặng, tôi gù lưng, đi
đấy em, lòng rất thiệt thà
ước mong cũng nhỏ như là phận con
giường cây, ván lạnh đêm bưng
kéo chăn, co gối, phủ chân thừa ngoài
cho muỗi giấc, một khuya thôi
sáng ra mối đã đùn, vùi tuổi, tên.

nạn nhân

1.
em còn ở đó không
chiều sông con nước mặn
tay mình làm sao che
kín mặt mình đã ố
hãy nói thẳng đời ta
hơn gì con chó dại
chuyên kiếm ăn quẩn quanh
bên bãi đời thừa thã
em phải nhận đời em
chẳng đáng gì hãnh diện
ngày áo quần phấn son
ra vào như xác chết
đêm ngửa mặt nằm nghe
đời đi ngang sợi tóc

ai cũng thế sống đeo gông đời kẻ khác
ta mãi là nạn nhân
của chính ta ắp tràn dục vọng

3.
em có nghĩ vậy không
cảnh đời này đã xế
hôm qua và ngày mai
chẳng khác gì nhau cả
bóng vẫn quẩn bên chân
thân vẫn dài ham muốn

miệng có thốt lời than
cũng tai mình hứng lấy

5.
anh chạy đuổi theo anh
hoài hoài không thấy dạng

anh chạy đuổi theo em
giắt lưng nghìn tuyệt vọng

trên lộ trình trụi trơ
bàn tay nào vẫy vẫy...

hãy tự dỗ lấy mình
đừng nghĩ là cô độc
hãy tự lau lệ mình
đừng lấy làm tủi thân

khi ta sống không đúng đời vẫn sống
thì can chi tra hỏi gốc căn mình?
ví như anh không giữ nổi tình em
cũng có gì tủi hổ

7.
đúng thế rồi đó em
đời mõm, đời sẽ rụng
tóc bạc sau khi đen
mà ta vẫn đội đầu đi lại

đúng thế rồi đó em
không tài nào biết được
bao giờ mình sẽ chết
và ai cầm vuông khăn
phủ che khuôn mặt ố

lúc ta chết mắt như còn muốn mở
vết chàm chưa kịp bay
(con dấu đời
của những ai sinh ra với tiền thân mang nhiều trọng tội)

9.
đúng thế rồi đó em
lòng như con nước đục
tình khác nào vuông khăn
đậy mặt người quá cố.

mãn cuộc

trời thì cao thật cao và xa
em biết không trí tưởng anh một vùng nước mặn
ở đó có nhiều cây cói mọc
cây cói ấy bây giờ kết nên chiếc chiếu
lót dưới thân thể ta
và sẽ giúp chúng ta tất hoàn mỗi người về một kiếp

sống là giết lần mình bằng kẻ khác

trời thì xanh thật xanh và nhão nhoẹt
em biết không chúng ta cùng thế cả
xác và hồn là một khối thương tâm
tình yêu nọ vẫn quẩn quanh nghi hoặc
đạn bom kia không cần nổ cũng tan thây

sống là đợi khôn cùng những gì chẳng có

đêm thì dài thật dài và đặc
chùm rễ đợi chờ bóng tối xuyên qua
tôi nhắm tới với trăm ngàn ham muốn
và lắng nghe
đời thảng thốt chung quanh

chân không động dù tay vẫn hoài ve vẩy
mắt mở trừng cũng chẳng thể ngó về sau
ở mãn cuộc ai kéo màn cho đời tôi yên lặng
phải em không chẳng lẽ lại là tôi
sống là kéo mãi sợi dây đời đã dãn

trời thì mưa, thì mưa, mưa nhiều như thế
buồn trăm năm tôi hưởng trọn một đôi giờ
em tin không
đời đóng tròn khuôn chặt
hết một vòng ta lại gặp ta đi
cứ như thế thân quay mòng một điệu
tai nghe hoài chỉ một tiếng vu vơ
cường toan thời gian giúp ta đốt lần ảo tưởng
rồi cuối cùng giọt nước bốc hơi bay

sống là mãi lần quanh một vòng mắt xích

đất thì sâu thật sâu và lạnh
tay anh không nắm nổi một chân mình
mắt em không nhìn khỏi kẽ tay em
người và thú làm sao ta phân biệt

em biết không đời mình có đâu mà nói hết
vui hay buồn cũng chỉ dối gian thôi
sống là thú nhận rằng đang chờ được chết.

cái rơi

tôi đi, ngựa đó, đường người
cái mưa che mỏng cảnh đời khuất sau

vó rời rã gõ canh sâu
qua ô cửa cũ sầu mau tay mời
người về chín ngả mưa rơi
cái đêm quấn quýt những lời chia tan

ngựa đi, theo cái vội vàng
tôi đi, hồn ngó muộn màng không đi

hiên nghiêng mái ướt thầm thì
bóng cây ngã xuống nói gì với em

mặt mình ngắm mãi chưa quen
cảnh tôi suồng sã nhá nhem hình người

cái về chậm với cái rơi
tôi dang chân đứng, ngựa ngồi nghe mưa.

tay gõ cửa đời

1.
ai mở mắt làm người
không ra vào một cửa
ngày chạm mặt anh em
đêm no từng hơi thở
đời đứng rình phía xa
chờ bước ta chập chững

miệng măng sữa đã bao lần ngậm nhầm trái đắng
tay ngây thơ chụp dựng mãi thiên đàng

2.
như thế đó
mà cõi đời nghìn cửa
đường nào không nạm giắt lá hoa
chân se sẻ chuyền cành hạnh phúc
mắt long lanh
ca hát lời vàng
mỗi bước xa đưa ta về gần hy vọng
với ảo ảnh nằm kề
và tin tưởng khập khiễng

3.
như thế đó
hạnh phúc buộc lỏng một đầu dây
ta thăng bằng tiến tới
dù lòng tham có giục mình gấp vội
cũng chẳng thể mau hơn
phải toan tính làm sao thật khéo
ôm lấy nhiều mà vẫn gọn vòng tay

tôi khởi sự kiếm tìm
trí vô cùng sáng suốt
mắt trước rồi chân sau

nhưng chim thiêng còn có lần sa cánh
bước chân người sao khỏi hẫng không

4.
em phải đặt tình yêu ngang bằng lẽ sống
nụ hôn đầu là ấn chỉ làm tin
phải cần thiết hơn những cần thiết nhất
phải nâng niu hơn cả nghĩa nâng niu

hồn bốc lửa, tim thành tên bắn tới
tôi dấy cồn đắm đuối
tình ắp đầy đam mê
chân bon chen dưới mặt trời xấp bóng
lòng ty hiềm lấn chiếm tương lai

5.
như thế đó
cõi đời nghìn cửa
vào một lần là ký nhận chung thân
vì hạnh phúc đã khóa tròn một nẻo
và bao nhiêu còn lại chỉ oan cừu

em đã sống không lý nào từ chối
một lần thôi tay gõ cửa đời

6.
như thế đó
bàn chân thành vô dụng
não gân này chỉ đủ giữ thân nghiêng
suốt một đời tôi tìm cửa loay hoay
cả mười ngón đều gõ lầm hiu quạnh
và như vậy
anh xin em đừng bao giờ tự hỏi
sao đời tôi không có nổi ngày vàng.

67, khúc thêm cho huyền châu*

hạnh phúc tôi từ những ngày nước lớn
trời mưa mau tay vuốt mặt khôn cùng
bầy sẻ cũ hom hem chiều ngói xám
trời xanh xao chân nhỏ cũng không về
cây mộng nở từng ngón tay lá nõn
nôi tương tư cỏ ấm thịt da người
tôi hiu hắt từ mắt em ngát tạnh
môi thâm khô từ thuở định xin hôn
ngày tháng hạ khi không mà trở rét
em khi không mà trở mặt điêu ngoa
tay trông ngóng hương đưa mùi tóc mạ
ngọn me xa theo ký ức rì rào
chiều qua đó chân ai còn ríu rít
lời ai say cho trời đất lại gần

kỷ niệm tôi từ những ngày vỡ tiếng
nhẩn nha gom từng cọng thiết tha rơi
con dế nhỏ lớn lên đằm tiếng hát
khi đêm về ru giọng đớn đau hơn
cây niên thiếu cũng thui mầm trong sáng
lá oan khiên lả tả mái hiên người

tôi èo uột từ những ngày cả gió
con dế buồn tự tử giữa đêm khuya
bầy sẻ cũ cũng qua đời lặng lẽ
ngọn me xưa già khọm tiếc thương hờ
em ở đó bờ sông còn ấm cát
con sóng tình vỗ mãi một âm quên.

(*) Từ Công Phụng soạn thành ca khúc.

dưới ghềnh đá

1.
trả cho tôi con sông
với những chiều nước mặn
trả cho tôi dĩ vãng
đeo cổ này rong chơi

chuông ham muốn tôi rung hoài khao khát
đỉnh giáo đường treo mộng cũ ngôi cao

2.
trả cho tôi chiếc cầu
bắc qua dòng hạnh phúc
em một bến long đong
tôi một dòng nước ngợp
cởi cho tôi nút thắt
trái tim đời đã thâm
giọt máu hồng đã cạn

thân tội lỗi nặng nề bất động
hồn không bay cánh rã tự khuya nào

3.
cột cho tôi sợi dây
vào chân còn nguyên vẹn
thả tôi xuống dòng sông
mặc cho nghìn chảy xiết
giữ đầu dây em hãy làm như người không hay biết
buông tay ra và ngồi đợi sủi tăm
anh ngụp lặn dưới tận cùng bí ẩn
kiếm tìm hoài cũng chả thấy chi hơn
diều hy vọng không dây dòng nương gió
thở than nhiều nên đã hụt hơi

tôi chìm lỉm vì đeo nhiều trái nặng
quả tương lai thành đá tự bao giờ

4.
hãy cho tôi tấp vào một chân cầu
nghe bước người qua lại
dù mắt không thể nhìn
tay không còn với
nhưng đời sống lẽ nào tôi không thể tới
bằng mơ mòng cùng trí tưởng quanh co

dòng sông nào trôi hoài không ra biển
cho tôi về một cửa ăn năn

hãy dung chấp hồn tôi
như một người chết đuối
cõi mộng em dù có buồn như nhà thương dưỡng lão
tôi cũng xin vào một xó
an thân
dù hy vọng có mấy khi thành tựu
và nhất là đời đã mấy khi vui

em phải nhận chán chi lần gian dối
sống đời thừa mà vẫn cố đeo chuông

5.
khi tôi chết thân xác này sẽ rữa
hồn không bay vì đeo trái oan khiên
vì hạnh phúc đương nhiên đã thành đất đá
ngày dương gian chỉ đợi bấy nhiêu thôi.

cung thủ

1.
đời mở muôn nghìn cửa
nước chảy chia trăm giòng
chân vào đời ta mỗi người mỗi cách
riêng cung tên được trang bị như nhau
đã vào đời
em đương nhiên trở thành cung thủ
nhắm con mồi
theo ý hướng riêng

mỗi loài thú chọn săn mồi một lối
như mỗi người có một thế giương cung

2.
tôi nhắm đích tình yêu
mục tiêu luôn vờn trước mặt
tay hấp tấp buông tên
nghĩ mộng vàng bốn phía
nhưng tình em chín trên ngọn cùng gió nổi
sức tên đi không đủ thấu đường dài

ta cung thủ nhắm mục tiêu kẻ khác
khi tên bay rụng ngã hồn mình

3.
sau mỗi lần giương cung
tôi vô cùng buồn bã
mục tiêu giăng khắp ngả
mà tên đi
không trúng nổi một lần
tôi từ đó đuối dần ý chí
vì sớm đuổi tương lai
nên tuổi héo nhựa đời
còn trông gì kết trái
ai cũng thế nhắm mồi hạnh phúc
nhưng tên bay thường chỉ rụng trái đau thương

4.
đích vòi vọi
tên lên cao khó đi đường thẳng
mộng quanh co
ta hồ dễ oằn mình
em đừng dối lòng em
bây giờ không thiết sống
bởi lúc em giáp mặt tử thần
chân sẽ lùi
trước khi lưng kịp quay

anh tham sống nên quẩn cùng vẫn sống
đời không được nhởn nhơ
đành cam phần lặng lẽ

chưa mãn kiếp đã dễ gì nhắm mắt
buông tay cung nào hạ nổi đời mình

5.
ta hãy nhắm chính mình
khi tên còn một chiếc
vì đó là cơ hội
tự giải quyết đời ta
nhưng thử hỏi kẻ nào
dám nhìn kỹ lại mình lúc ngày vàng đã xế
lúc mưu toan cũng luống uổng công rồi

tên bay vút vượt tầm thân xác
định mệnh buộc ta theo

tôi lẽo đẽo vác đời bêu riếu
chân so le không chạy khỏi bóng mình.

cho ngày mười bốn tháng mười một

1.
bao giờ mưa cũng kéo qua tháng mười một
trời thì thấp, mây thì nặng, ngày thì dài và đêm thì xanh
(đã năm năm liền rồi, như thế)
em có còn đó không
khi ngày mưa trở lại
lúc cuộc tình đã qua
những ngày mưa bẻ gập đời anh thấp xuống
cho nỗi buồn mưng lên
chín trên từng ngọn cỏ
khi ánh sáng tình em
phút tình cờ bỗng tắt

đời tẻ nhạt liếm môi mình cũng nhạt
tóc trên đầu vẫn từng ngọn riêng tây

em phải nhớ giùm anh
lệ không chảy
dù tim ứ tràn máu mặn
hồn không tan vì đeo đá đau thương

2.
bao giờ mưa cũng kéo qua tháng mười một
trời thì thấp, mây thì nặng, ngày thì dài và đêm thì xanh

(đã năm năm liền rồi, như thế)
em có còn đó không
khi ngày mưa trở lại
lúc cuộc tình đã qua
sân khấu đời vẫn vậy
diễn lại một thói quen

mưa mỗi năm một lần
đêm hằng hằng bóng tối
chỉ riêng cảnh tình ta
mỗi ngày một lạ lẫm

khi yêu em tôi cạn hồn đắm đuối
đời chẳng còn gì hơn
ngoài những tờ thư cũ

tôi sống nốt đời mình
trong dối lường tất cả
tôi chỉ đúng là tôi
khi nghĩ về một người (đã mất)

tình yêu là mảnh đất
sớm muộn gì cũng mọc lên loài cây hối tiếc
ta chỉ thấy được mình
trong khu vườn cây ấy

tôi ước ao một sáng trời hồng
người tình cờ ghé ngang vườn tôi
xin nhớ đừng kinh ngạc
nếu đọc thấy tên mình
trên tấm biển đề trước cổng
(có thể nét khắc lúc đó đã hơi phai
nhưng tôi tin vẫn còn rõ lắm
bởi tấm biển đá kia
chính là tim tôi với thời gian hoá thạch
và dao dùng để khắc
không có gì khác hơn những mảnh xương tôi
vỡ vụn)

phải thế không huyền châu
trái sầu nào chả chín
lúc cuộc tình đã bay
có nỗi tuyệt vọng nào
không đeo cổ những người bất hạnh

vì thế mà lúc chết
ta không thể đứng yên
cũng rất khó ngồi vững
cuối cùng rồi cũng ngã
ườn dài như khúc cây
trên một dòng nín lặng

3.
bao giờ mưa cũng kéo qua tháng mười một
trời thì thấp, mây thì nặng, ngày thì dài và đêm thì xanh
(đã năm năm liền rồi, như thế)
em có còn đó không
khi ngày mưa trở lại
lúc cuộc tình đã qua
tôi vẫn còn mở mắt
trông bóng người không in

tôi vẫn còn khối óc
ghi đủ tên tuổi người
và những lời hứa hẹn

tôi còn nguyên khối lệ
mừng người khi hay tin
vĩnh biệt thời con gái

tôi còn đủ đôi chân
để đi bên cuộc tình
(của người và chồng con)
cho đến ngày nhắm mắt

phải thế không huyền châu
thời gian là chiếc xuổng
đào sâu lỗ huyệt mình

em có đến thăm anh
khi tương lai sẽ nằm ở đó
cuối một mùa mưa nào
kéo qua tháng mười một.

Phụ bản - Lê Thiết Cương

Thơ Du Tử Lê
(1967-1972)
xb. 1972

thơ
du tử lê

khúc thụy du*

1.
như con chim bói cá
trên cọc nhọn trăm năm
tôi tìm đời đánh mất
trong vụng nước cuộc đời

như con chim bói cá
tôi thường ngừng cánh bay
ngước nhìn lên huyệt lộ
bầy quạ rỉa xác người
(của tươi đời nhượng lại)
bữa ăn nào ngon hơn
làm sao tôi nói được

như con chim bói cá
tôi lặn sâu trong bùn
hoài công tìm ý nghĩa
cho cảnh tình hôm nay

trên xác người chưa rữa
trên thịt người chưa tan
trên cánh tay chó gặm
trên chiếc đầu lợn tha

tôi sống như người mù
tôi sống như người điên
tôi làm chim bói cá
lặn tìm vuông đời mình

trên mặt nước nhiên lặng
không tăm nào sủi lên

đời sống như thân nấm
mỗi ngày một lùn đi
tâm hồn ta cọc lại
ai làm người như tôi?

2.
mịn màng như nỗi chết
hoang đường như tuổi thơ
chưa một lần hé nở
trên ngọn cờ không bay
đôi mắt nàng không khép
bàn tay nàng không thưa
lọn tóc nàng đêm tối
khư khư ôm tình dài
ngực tôi đầy nắng lửa

hãy nói về cuộc đời
tôi còn gì để sống
hãy nói về cuộc đời
khi tôi không còn nữa
sẽ mang được những gì
về bên kia thế giới
thụy ơi và thụy ơi

tôi làm ma không đầu
tôi làm ma không bụng
tôi chỉ còn đôi chân
hay chỉ còn đôi tay
sờ soạng tìm thi thể
quờ quạng tìm trái tim
lẫn tan cùng vỏ đạn
dính văng cùng mảnh bom
thụy ơi và thụy ơi

đừng bao giờ em hỏi
vì sao mình yêu nhau
vì sao môi anh nóng
vì sao tay anh lạnh
vì sao thân anh rung
vì sao chân không vững
vì sao anh van em

hãy cho anh được thở
bằng ngực em rũ buồn
hãy cho anh được ôm
em, ngang bằng sự chết

tình yêu như ngọn dao
anh đâm mình, lút cán
thụy ơi và thụy ơi

không còn gì có nghĩa
ngoài tình anh tình em
đã ướt đầm thân thể

anh ru anh ngủ mùi
đợi một giờ linh hiển.

(3-68)

―――――――――――

(*) Anh Bằng soạn thành ca khúc.

những dòng cuối sáu tám

1.
phải rồi, phải rồi em
trong trường hợp nào, thì, chúng ta cũng không thể xa nhau
khi rắn địa đàng đã can gián nàng đừng hái lầm trái cấm
nàng khăng khăng đưa tay
ngắt lấy cho mình
trái hạnh phúc chín
nàng đã chọn địa ngục
vì đó mới chính là nơi để sống
nàng đã chọn bóng đêm
vì đó mới chính là nơi để chúng ta trở về sau những
                    hành trình mơ ước tan hoang
vì không còn cách nào khác hơn
khi chúng ta vẫn chưa soi thấy mặt mình trong những lần lệ ứa

2.
phải rồi, phải rồi em
trong trường hợp nào, thì, chúng ta cũng không thể xa nhau
khi trái tim mách bảo chàng rằng
chính tình yêu mới thực là lẽ sống
mặc dù khu vườn ta
đã bắt đầu mọc lên những hàng cây thảng thốt
rễ nhẫn nhục vươn dài
cắm sâu lòng đất ải

chúng ta chưa làm người
đã biến thành thú vật

3.
phải rồi, phải rồi em
trong trường hợp nào, thì, chúng mình cũng không thể
                                            xa nhau
nếu thánh Moise không thấy được đất hứa
chỉ vì một lần lỡ lầm không tin nơi quyền phép thiêng
                                            của Chúa
thì anh và em
nếu có vì yêu nhau
mà phải cắn môi mình bật máu
cũng đến thế mà thôi
có sá gì đất hứa
khi sự sống ngộp hơi
em phải thấy
mỗi hoàn cảnh khắt khe
là một chiếc lò rèn
nung tim ta thành sắt
luyện tình yêu ta thành ngọc
(một khối ngọc u buồn, khi không đêm đêm nhỏ lệ)

có sợi dây nào
buộc được hồn phiêu lạc?
có nhân danh nào
cản được tình yêu chín?

ta sống cho ngày mai
bằng hôm nay khinh bạc
loài bò sát không tên
đeo rất nhiều mặt nạ

tôi cám ơn những người
đã mong sớm thấy cuộc tình tôi non yểu

nếu có được kiếp sau
tôi chọn đời bóng tối

nguyện hạnh phúc thắp sáng nàng
trong tình yêu tôi đau đớn

4.
phải rồi, phải rồi em
trong trường hợp nào, thì, chúng ta cũng không thể xa nhau
khi con sông quanh co cuối cùng rồi cũng tìm đường ra biển
nên cay cực bao nhiêu
cũng không thể phạt ngã được tình ta chất ngất
nguyện tình yêu nàng như rắn quấn quanh cổ tôi

5.
phải rồi, phải rồi em
trong trường hợp nào, thì, chúng ta cũng không thể xa nhau
ngay khi ngọn giáo từ tay anh
cắm xuống ngực em rất ngọt
(một ngày kia lúc em sinh lòng bội bạc)
và anh sống âm thầm
trong hận thù với biết bao nguyền rủa
như những ngọn giáo dài đâm nát tâm hồn anh
(tên điên rồ khăng khăng nghĩ tình yêu là lẽ sống)

nếu sửa được kiếp này
tôi sẽ nguyện làm người mất trí

6.
phải rồi, phải rồi em
trong trường hợp nào, thì, chúng ta cũng không thể xa nhau
khi lá còn trên cây, hoa còn nở, mưa còn bay
và nhất là trái tim còn chưa định được ngày ngừng đập
chúng ta còn yêu nhau
hiển nhiên như mặt trời mỗi sáng
và cũng hiển nhiên
như đời sống chúng ta đang bị ngộp hơi
bởi bàn tay của chính những người thân thích nhất

nguyện hạnh phúc tôi mãi ngọt
như lưỡi dao kề trên ngực nàng, chói lọi

ta chỉ hết đời mình
khi qua giờ phút đó.

(12-68)

dỗ giấc người bất hạnh*

như đôi mắt sớm thành ga cô quạnh
mối sầu nào thành tóc xuống hai vai
buổi chiều nào khói đứng trên môi
mây cũng thấp trong từng hơi thở yếu

em đừng hỏi vì sao người đời khó hiểu
vì sao ta không thể sống thiếu nhau
vì sao mưa chưa đủ ướt đôi đầu
mà môi đã phải tìm môi cho ấm
mà tay đã phải chìa ra cho bàn tay kia nắm
xiết chặt rồi mà vẫn thấy như chưa
trao hết cho nhau, tình vẫn còn ngờ
vẫn chưa đủ vẫn còn như thiếu thốn
chân bước chậm sao đường về vẫn ngắn
hôn nát nhàu cả mặt vẫn chưa buông
(dù hiển nhiên bác mẹ đã buồn lòng
thấy em lỡ yêu anh - cái thằng lêu lổng)

như cây cỏ sớm thành thân với gió
như lá mềm sớm cưới được sương khuya
như cánh chim bay không cần nhớ đường về
như con nước vỗ hoài chân đá cũ
như bản tin hàng ngày loan có nhiều người tự tử
(mà thường vì họ lỡ quá yêu ai)
như con dế ngậm tim mình trong miệng
nên giọng buồn (mãi mãi chẳng nguôi ngoai)

anh cũng thế, ngậm tình em trong miệng
thành bồ hòn nên đắng cả thơ vui
nếu một mai, khi em thức dậy
thấy đầu cành con sẻ bé có đôi
thấy chúng hôn nhau hay chúng mớm mồi
đôi má chúng au lên vì mắc cỡ
em đừng hỏi vì sao hồn mình nức nở
sao lớn rồi mà tình vẫn trẻ thơ
đã ở bên nhau lòng vẫn còn ngờ
như những phút môi hôn thảy đều chẳng thật
răng từng cắn đến môi sưng má rát
vẫn còn nghi, còn ngại phải chăng em?
phải chăng anh? phải chính hai đứa mình?
- thì hai đứa chứ ai vào đấy nữa

em đừng hỏi vì sao tình yêu trắc trở
vì sao anh phải biến dạng hình hài
phải làm ăn phải cố gắng miệt mài
phải ra dáng như nội trong ngày mai anh sẽ trở thành chú rể
phải nghiêm chỉnh hay ít ra cũng phải vờ vĩnh thế
phải dụm dành chắt bóp tự hôm nay
phải cong lưng luồn lọt đêm ngày
phải một lúc chơi bảy, ba cái hụi
phải nhìn thấy tương lai của chìm của nổi
mới mong ngày hạnh phúc bớt chua cay
nhưng tình yêu không phải là bến tồn kho
để anh có thể đâm đơn xin làm người gác cửa
và trái tim không phải là két sắt, tủ chè
nơi gom chứa bạc tiền, cất gìn đồ quý
tuy không là anh xếp ga anh cũng cứ phất cờ cho tàu kéo hụ
để tình anh nghỉ lại ga yêu
để trăm đêm để nghìn vạn buổi chiều
anh cứ nhớ thương em, cứ sầu cứ khổ
và mây cứ bay ngang mảnh hồn anh dột ủ
nắng cứ về không gởi bước chân theo
để ở đâu, bất cứ một nơi nào
ai, anh cũng nhỏ to tình yêu hai đứa
ai, anh cũng không ngại ngần hẹn hứa
đám cưới chúng mình sẽ mời họ vui chung

và anh sẽ vênh vang xốc lại áo quần
mặt nghiêm trọng như tuần sau đám cưới
dáng vội vã như ngày mai đám hỏi
quay lưng rồi mới lại tủi cho nhau
thơ vui đấy, em hãy cười lúc đọc
nếu có buồn hẵng gượm để hôm sau
hãy để mai kia, anh được phép trầu cau
đến sêu hỏi em hẵng buồn một thể
bởi lúc ấy, biết đâu cả hai đã chẳng già nua lụ khụ
cùng xác xơ vì đã quá âu lo
nên anh chắc thơ anh sẽ còn buồn bã mãi
(nhưng em đừng buồn nản giống thơ anh)
phải nghĩ bao lâu, mới có cuộc tình
mà hai kẻ yêu nhau
đã vô cùng khốn khổ

như mắt ướt sớm thành ga nát đổ
xót xa nào thành tóc chấm hai vai
ước mơ nào thành khói đứng trên môi
mây thấp ẩm giăng trong hồn hiu quạnh.

(5-6-69)

(*) Trần Hữu Trung soạn thành ca khúc.

phúc âm nàng

1.
không, bây giờ y không còn đến đó
nơi có ổ gà, có rào kẽm, có bức trường thành, có sân bay,
                                có nhà thương, nhà xác
nơi những trưa đi qua mắt y đổ lửa
những chiều về cát liếm thịt da
nơi ngày tháng vẫn trôi qua trong từng cơn thở nhọc

những phiến ẩn ức câm
nghìn năm như đá dựng
nơi y đã ngồi
gom những viên sỏi đầu tiên của một hạnh phúc hiếm
(ôi hạnh phúc bất ngờ
như tai họa giáng xuống)
không, bây giờ y không còn đến đó
cho tới một ngày nào
một ngày nào người yêu y đủ lớn
- phải chăng đó là lúc nàng đã trưởng thành?
- vâng, đó là lúc nàng đã trưởng thành
mà đừng vội nghĩ rằng khi ấy nàng sẽ già và tóc nàng sẽ
                                rụng đi, cụt ngủn
trán nàng sẽ nhăn, rất nhiều vết nhăn tội nghiệp
tay nàng sẽ thô, những ngón mềm sẽ thôi thơm như những
                                dòng sữa sớm

ồ! không đâu, không bao giờ có thế
đó là lúc nàng giật mình soi gương thấy mắt nàng lóng lánh
như những hạt mưa to
trong veo dòng nhẫn nhục
đó là lúc nàng thấy tóc nàng dài, ngực nàng căng và
                              đôi môi nàng thắm đỏ
nụ cười vì thế mà cũng sẽ xinh thêm
không còn se khô như những quả ô mai ngậm hoài vẫn mặn

đấy lời tâm sự của chàng
rất trang nghiêm
nhưng ngậm ngùi ngỏ với đám đông vô hình trước mặt
rồi đám đông tự động vỡ tan
lúc bóng tối trở về lấp đầy từng ngăn ký ức
trong một ngôi quán quen
chàng rã rời đứng dậy

nỗi nhớ nhung nhũn mềm
làm chùng thêm gân cốt

mỗi chúng ta đều khư khư giữ lấy cho mình
một số vết thương đã khô thành sẹo
và âu yếm ngắm nhìn
chân dung mình treo trên vách tường trí nhớ

2.
vâng, chúng tôi thường gặp nhau vào mỗi chiều thứ sáu
ngày chúa bị đóng đinh
ngày giáo dân không được phép ăn thịt
(để tưởng nhớ đến ngài)
tôi là kẻ đã tự đặt mình ra ngoài vòng tín ngưỡng
đôi khi cũng bàng hoàng
chợt nhận ra dù mình vô thần nhưng cuối cùng cũng đã
                mặc nhiên tôn thờ một chúa
(chúa của tôi, ôi chúa của tôi
vô cùng yếu đuối)

nàng buồn như trái chín
mắt gầy đêm mưa xanh
hồn căng trên thập tự
đầu cúi xuống dương gian
chớp hoài đôi mắt ướt
tôi thích được quỳ dưới chân nàng
để chỉ xin những điều vơ vẩn

vốn là kẻ đa nghi
tôi không tin thượng đế
nhưng lại chắc một điều
hạnh phúc nào cũng thật
như trong tình yêu tôi
vốn sẵn cả trăm điều gian dối

đời sống ta như một ô chữ cũ
có sắp hoài cũng chẳng khác hơn
ngoài những hàng vô nghĩa

3.
kẻ phán xét trong nàng
bảo chiều nay bão lớn
và ngày mai hãy thả chim câu
(những con bồ câu của thánh Nô-Ê trong sáng-thế-ký)
cho chúng bay đi
đem tin về
trời sẽ trong xanh vào những ngày kế tiếp
tôi theo nàng rời tàu
bước lên bờ đất thịt
hãy tin, hãy tin
cuối cùng rồi chúng ta cũng sẽ có những bình minh êm ả
những ngày vàng sau quá đỗi đau thương

4.
vâng, chúng tôi thường gặp nhau vào mỗi chiều thứ sáu
ở góc đường
dưới những tàng cây gỗ dầu xác xơ lá nám
với nhiều sợi dây leo
xiết quanh cây cổ thụ

những buổi chiều hết tiền
chúng tôi rủ nhau lang thang dưới phố và hôn nhau
ở mỗi đầu đường
ở giữa cua vắng
ở bên ngoài những cửa hàng trưng bày hàng tạp phẩm
cũng có những chiều
chúng tôi rủ nhau chui vào rạp hát
và cũng rất thường
nàng rúc đầu vào ngực tôi nức nở
(hệt như con gà mái cục cục đòi ăn, lúc đói)
tôi chẳng biết nói sao vì chính mình cũng nát tan nhục tủi

tôi không tin thượng đế
nhưng lại chắc một điều là hận thù có thật
cũng như tôi tin nàng tuyệt vời
hơn bất cứ một người đàn bà nào hiện đang có mặt
(dù tôi không quên rằng tôi đã ví
nàng như một con gà mái cục cục, đòi ăn, lúc đói
nhưng cũng xin thêm rằng con gà mái kia
rất dễ ưa, cả tin và tính tình nhút nhát)

nàng tin nơi tình yêu
như giáo dân tin nơi phép màu của chúa
hãy tin ôi hãy tin
nước sẽ rút về bờ kia tuyệt vọng
cuối chân trời một vầng hồng sẽ nở

5.
bây giờ buổi chiều một mình trở lại
cũng con đường có hàng cây gỗ dầu xác xơ lá nám
với những sợi dây leo
quấn quanh thân cổ thụ
cũng vào ngày chúa bị đóng đinh
(nhưng tòa thánh đã loan tin vì tình trạng chiến tranh
đặc biệt cho phép giáo dân Việt Nam ăn thịt)
em làm sao hiểu được
nỗi đớn đau anh khi đêm đến trở về
thắp đèn lên kiếm tìm bóng mình cho đỡ quạnh
và lắng nghe bản tin cuối cùng
tổng kết vinh quang một ngày chiến sự

đời sống ta hôm nay
chỉ còn toàn chữ số

6.
anh cố sống để chờ
một ngày mẹ cha loan tin cho phép
anh được đem trầu cau đến hỏi anh làm vợ
hay một ngày nào
chúng ta sẽ bỏ đi rất xa
làm một phường bất hiếu
kịp khi hết đời mình.

(7-69)

khởi đầu một kiếp

1.
như que diêm trước sau gì cũng một lần bật sáng
cũng một lần anh thắp rực đời em
cũng một lần bàn tay buồn bã đó
bưng mặt mình kín suốt một tương lai

thôi những sợi tóc kia
sớm đẫm cơn cảm xúc
thôi những giọt lệ kia
bàng hoàng vuông trán tối

hãy ngủ thôi hãy ngủ mau ngoan
tình yêu là căn phần định mệnh dành riêng
cho đôi ta một khắc nào sẽ chết

như mỗi ngày trong thân
có một kẻ mới tới
có một kẻ ra đi
đến cõi nào bí mật

sự sống chỉ bắt đầu
trong tận cùng tuyệt vọng

2.
như nỗi nhục nhã hằng hằng một đời chúng ta gánh chịu
một đời ta quẩn với chính thân ta
em cứ khóc, cứ than van, cứ trách móc, cứ muộn phiền
cứ tủi hổ, cứ ăn năn, cứ ngậm ngùi áo não
cứ cưng dưỡng ý nghĩ một ngày kia anh phản bội
một ngày kia anh sẽ hết yêu em
một ngày kia anh sẽ ra đi như một tên sở khanh
(chỉ thiếu con ngựa và chiếc roi để quất)
cho đến một phút nào
một phút nào trước sau gì cũng có
trước sau gì em cũng hiểu
vì sao đời mình không thể khác
và nhất là vì sao lệ mình không thể không rơi
vì sao chúng ta lại thốt gọi tên nhau
trong từng cơn thảng thốt
vì sao anh không thể yêu ai khác hơn
(dĩ nhiên, trừ em, vì là ngoại lệ
dù vạn nhất chúng ta có sống tới lúc cả hai cùng già nua,
lụ khụ)

3.
ôi hân hoan là những hạt lệ mềm
rối quanh giữa đôi làn môi vô nhiễm
bên đớn đau em anh quỳ gối thọ hình

như nụ hoa trước sau gì cũng một lần nhụy hương sẽ ngát
hãy một lần em thắp giúp hồn anh
hãy một lần những giọt hồng khởi kiếp
chảy chan hòa một cửa tim anh

hãy một lần em giúp anh thấy lại
dung nhan mình mất dấu tự sơ sinh
hãy một lần em ném tung anh lên đến đỉnh cùng hạnh phúc
để từ đó cúi nhìn
thấy em xanh ngọn cỏ thơ ngây buồn bã chín
.
thôi con-mắt-lá-me
sẻn dè phút giây gần gũi ngắn
thôi làn môi lá nõn
khép muôn đời khôn kín vết thương non

4.
dẫu sao thì chúng ta cũng không dễ gì thoát khỏi
những âu lo mù mù thảng thốt
khi cơn lốc đam mê
tự hồn ta tấp tới
khi trận mưa mở mùa
phút giây bỗng trùng trùng mây đen kéo lưới
ôi đớn đau ngọt ngào
nâng niu đời ta hạnh phúc mới
đằng sau mỗi kinh hoàng
đã sẵn có một bình minh êm đềm ló dạng
bên kia bờ tối tăm
là nghìn thân ánh sáng

5.
như giọt sương trước sau gì cũng một lần rớt xuống
cũng một lần anh uống trọn đời em
cũng một lần mắt không còn thấy nữa
tay chân thừa và óc kiệt tim khô
- đó là lúc chúng ta thở chung bằng trái tim nào thiêng liêng
                                                cẩm thạch
(trái tim đời tôi - quá - lửa chua cay)
- đó là lúc chúng ta sống trong một kết tinh thịt xương
                                                thánh thiện
(một kết tinh đã nhú mầm tồn sinh hậu kiếp)
đưa ta về đến bến trăm năm

6.
đã đành - dù thế nào thì chúng ta
cũng không dễ gì tự mình hóa kiếp
nhưng vấn đề là phải sống ra sao?
phải chọn lựa
phải buông trôi
phải chối từ tình yêu trước nhân danh mẹ cha vừa ý
phải hạ thấp lương tri
cho ngang bằng cầm thú
phải chống vững hai tay
cho bàn chân lật ngửa

tôi chọn đứng hai chân
trên dao đời xóc ngược

mắt không ngoái nhìn sau
dù trước mặt ê chề như gươm đan thành lá chắn
tôi không là tượng gỗ rỗng thân
nên thở bằng tim thật
em không thể dối quanh
khi cắn môi, máu mình còn bật chảy

7.
như mỗi buổi mai chúng ta thức dậy
ngó lại mặt mình
trong tấm gương xưa đã mờ phai vết cũ
trước khi ta lăn tiếp đời ta
lên xuống mãi những ghềnh cao, dốc thẳm
để làm gì khi cõi vào đời nhau chưa mở
khi trong ta còn những dấu nghi ngờ
để làm gì? làm gì? anh hỏi

khi mắt em đâu hẳn chỉ để nhìn
chỉ để khóc, chỉ để buồn mỗi tối
chỉ để cười trong những lần bối rối
chỉ để vui dưới những lối cây, quen
để làm gì? làm gì? anh hỏi
khi tim em đâu hẳn chỉ là nơi cho máu về, đi đen, đỏ
cho đập mãi những nhịp nhanh hay chậm
cho thở mãi những hơi đà thếch, nhạt
cho mai sau mối đục khoét, chôn vùi

thôi cũng phải cho anh một lần nhắc lại
chỉ tình yêu làm nên giá trị con người

BIS

như que diêm trước sau gì cũng phải một lần bật sáng
cũng một lần anh thắp rực đời em
cũng một lần tình yêu vô nhiễm đó
chói chan buồn
lệ tươi đẫm thân chung.

(25-3-69)

vỡ lòng cho một người con gái mỹ

1.
không bao giờ đâu Donna, Donna
dù anh có yêu em
hơn bất cứ thứ gì có trên đất Mỹ
thì anh cũng vẫn trở về
anh vẫn phải trở về quê hương anh
cái dải đất nóng khô cong hình chữ S
cái dải đất không lớn bằng tiểu bang California của xứ sở em
(nơi anh đã sống những ngày đầu tiên tập ăn, tập nói theo
                                                lối Mỹ)
cái dải đất rách nát nghèo đói vì chiến tranh
liên tiếp hai mươi năm
dù anh không bao giờ quên được em
trong đêm nhạc của ngày Hội Mùa Thu
ngày kỷ niệm 50 năm tiến bộ của các trại chủ miền Indiana

và nhất là anh không thể nào quên được
lúc Hội Thu bế mạc
em đã cùng Jana
ôm đàn chạy ra kiếm anh và một thanh niên Việt Nam khác
trên chuyến xe buýt chở đầy sinh viên
của các quốc gia đồng minh với Mỹ
trong sương mù giá buốt một đêm chớm thu
em ngơ ngác như một con bò non tội nghiệp
ôi những bước chân son
chạy đau nền cỏ lạnh
và những ngón tay run
xóa nhanh lớp nước mờ cửa kính
để nhìn rõ mặt nhau
anh đã đứng lên đẩy kính xe thò hẳn đầu ra ngoài
cùng em nói chuyện
và người bạn của anh đã phải gào lên
"tôi từ Việt Nam tới"
để trả lời cho một câu hỏi của Jana, bạn em…

ôi Donna, Donna
phải là người Việt Nam
em mới hiểu được nỗi xúc động rưng rưng của anh
khi nghe thấy tên gọi quê hương mình
dạt lùa trong một khoảng không gian đẫm mù sương muối
át cả trăm ngàn tiếng động cơ máy nổ chung quanh

2.
không bao giờ đâu Donna, Donna
dù anh có yêu em
hơn bất cứ một thứ gì có trên đất Mỹ
thì anh cũng trở về
như em đã biết
quê hương anh trên bốn ngàn năm lập quốc
trên bốn ngàn năm không ngừng đánh đuổi ngoại xâm
trong đó có gần một ngàn năm bị Tàu đô hộ
ngót trăm năm làm thuộc địa của Tây
nhưng dân tộc anh không bao giờ bị đồng hóa
bởi dân tộc anh là một giống dân quật cường
tuy hiền lành và rất nhiều tình cảm

mặc dù anh không thể quên
những lần gọi điện thoại cho em
trong những phòng điện thoại công cộng
với mười xu cho một cuộc nói chuyện kéo dài tối đa 7 phút
và đôi khi máy đã chẳng trả lại cho anh mười xu
như điều đã ghi trong bảng chỉ dẫn
mỗi khi không liên lạc được
không phải anh tiếc mười xu đâu, Donna
dù mười xu tính ra tiền Việt Nam
những trên hai mươi đồng theo giá chợ đen cơ đó
với hai mươi đồng Việt Nam xưa
anh có thể ăn một bữa cơm tạm no
hay thừa để mua một bao thuốc lá
nhưng kể từ khi có người Mỹ sang chiến đấu
bên cạnh quân đội của nước anh
thì với hai mươi đồng anh đã không đủ mua một gói thuốc

3.
không bao giờ đâu Donna
dù anh có yêu em
hơn bất cứ một thứ gì có trên đất Mỹ
thì anh vẫn trở về quê hương
nơi mẹ già anh đã một đời ăn cơm chan bằng nước mắt
nơi anh em, nơi chú bác, cô dì, gần xa ruột thịt
đã và còn đang từng giờ gục ngã
chiến đấu cho sự trường tồn
và lý tưởng tự do nòi giống
mặc dù ngay khi anh vừa bước chân xuống phi trường Sài gòn
anh có thể chết tan thây
vì một miếng plastic
một trái mìn nổ chậm
hay một quả đạn từ xa
của người anh em bên kia bắn tới

mặc dù anh không thể quên
đôi mắt em xanh như những cánh đồng hai mùa trĩu hạt
và mái tóc em óng vàng
xõa tung trên đôi vai gầy cổ tròn ngấn trắng
mặc dù anh không thể quên
lòng tốt của ba mẹ em
dành cho anh một người Việt nam cô đơn lạc lõng

anh cũng không thể quên
những lá thư của em
như có đem theo cả tiếng cười vô tư giòn tan
vỡ cao trên những hàng cây phong úa vàng lá chín
ôi những nụ hôn thầm
trong đêm nào rét ngọt

4.
không bao giờ đâu Donna
dù anh có yêu em
hơn bất cứ một thứ gì trên đất Mỹ
thì anh cũng trở về
quê hương anh với trăm ngàn đời khốn khó

nơi anh sống chui rúc như chuột
trong một căn nhà tôn, vách ván
nơi người yêu anh
đang từng phút giây mong đợi
(nàng cũng có một mái tóc dài thả xõa như em)
nàng cũng có một đôi mắt mở to sáng trong nhẫn nhục
tất nhiên tóc và mắt của nàng thì đen
và da vàng cũng hệt như anh
nàng có may mắn
hơn nhiều người khác
ở chỗ còn được đi học
chưa phải tập nói O.K
để đi bán bar hay làm sở ngoại quốc
nhưng suốt một đời nàng không được như em
có những ngày hội vui
đem đàn tới cùng bè bạn hòa nhạc
nàng cũng như bất cứ một người Việt Nam nào đó
đã sớm biết đến chiến tranh
từ trong bụng mẹ
rồi lớn lên cùng lửa đạn điêu tàn
và, ngay trong tình yêu
(nàng cũng chịu biết bao điều nhục nhã)

5.
không bao giờ đâu Donna, Donna
dù anh có yêu em
hơn bất cứ một thứ gì có trên đất Mỹ
thì anh cũng vẫn trở về
quê hương anh ruộng cằn đất cỗi
người chưa lớn đã già
trẻ chưa cao đã cọc
dù anh sẽ chẳng bao giờ quên em
đôi mắt xanh, mái tóc vàng và những ngón chân ngà
chạy trên nền cỏ lạnh
và tất nhiên sẽ về cùng anh
là những tấm ảnh em cho
với xấp thư thơm mùi lúa mạch
anh sẽ mãi ngóng trông
một ngày nào em đặt chân lên quê hương anh nhỏ bé
anh hy vọng ngày đó
những hố bom hố mìn
đã được lấp bằng
cho rất nhiều hoa nở

để mỗi bước chân đi
em sẽ thấy xứ sở anh có phần đẹp hơn nước Mỹ
để em sẽ nhận ra
không ở đâu có thể có được
một giống dân hiền lành nhưng quả cảm
một giống dân cần cù nhẫn nại
và dễ mến như dân tộc anh
biết chừng đâu khi ấy
em sẽ chẳng chọn quê hương anh
như một tổ quốc thứ hai
khởi đầu một cuộc định cư vĩnh viễn.

ôi Donna, Donna Ostermeyer
hoài hoài sương mù trong anh một đêm mùa thu tay vẫy
một đêm ngời giọng hát vỡ trên cao
ôi Donna, Donna Ostermeyer
em có hiểu chút gì
những điều anh mới nói?

(Indiana, tháng 9-69)

phúc âm riêng của hai người

1.
cây buồn lá đến rơi thôi
hồn dang cánh muộn thu đời nhá nhem
mối đùn đất đắng cay em
bù nhau chưa đủ lệ hoen ngày vàng
chung thân tôi - địa ngục nàng
ngậm trầm nuốt ngải mong chàng yên vui

2.
trời buồn thôi cũng mây luôn
bao năm tiếng động bức hồn hỏa thiêu
cây xê dịch với mắt chiều
theo chân bóng đổi cũng nhiều dung nhan
sầu lên ngút đỉnh đời nàng
áo em đã cởi - phủ chàng đắp đôi
thân trăm năm - môi đầu đời
(bầy chim cũng biết chuyện tôi yêu người)
sống cùng thác chẳng ngoai nguôi
nay vun hạt nhớ mai bồi cây thương

3.
sông buồn nước đến xuôi thôi
cành lay đêm động tả tơi cánh về
sáng người đỏ ngọn điên mê
chung đôi ngực thở xót kề môi soi
tình người chín kiếp chưa phai
trăm năm thân đá nghỉ, ngồi nỉ non
lòng hèn mọn ước mơ son
tay ai lụa nuột gối chăn đêm đầy
(sáo sang ngang sang cả bầy)
yêu nhau lệ vuốt mặt này chứa chan
muôn sau ai biết chuyện chàng?
mai kia ai nhỉ? nói nàng yêu tôi

4.
rừng buồn núi đến khôn vui
ngựa đi bước một thiếu đôi thuở nào
lên cao thạch động âm hao
xuống sâu nguồn đã dạt dào nghìn năm
một về lạnh chiếu rơi chăn
một về nhóm lửa bếp lầm tro, xưa.

(19-2-69)

khi trông thư thụy châu

cũng đành người đã quên tôi
con chim nào cũng một đời kêu than
cây phong đã đỏ lá vàng
quán sâu tôi quấn khăn quàng đợi đêm
phải người quá nhẹ chân êm?
tôi nghe như thể gió vin cửa ngoài

cũng đành người đã ham vui
núi non nào cũng một đời cô đơn
tuyết trên mái cũ xuôi hồn
dưới chân cổ tượng cũng bồn chồn theo
xe không nào sẽ qua đèo
đêm nay chắc lá lại nhiều chiếc rơi

cũng may tôi có một đời
để đau, để khổ, để ngồi trông thư.

(Dinfos 11-69)

Lúc người chết*

hãy mang đi hồn tôi
một hồn đầy bóng tối
một hồn đầy hương phai
một hồn đầy gió nổi

hãy mang đi hồn tôi
một hồn đầy mắt đỏ
mưa nối liền vai người
buồn nối liền thân tôi
tình nối liền nỗi chết

hãy mang đi hồn tôi
một hồn đầy bão rớt
một hồn đầy điên mê
một hồn đầy mộ địa

hãy mang đi hồn tôi
một hồn đầy môi người
một hồn đầy tóc rối
một hồn đầy máu tươi
một hồn đầy tay siết
một hồn đầy ngực thơm
chân đưa lời cáo biệt

hãy mang đi hồn tôi
một hồn đầy côn trùng
một hồn đầy tháp chuông
ngân nga lời báo tử

hãy mang đi hồn tôi
khi cuộc tình đã hết
còn lời nào cho vui
còn mắt nào không tủi

hãy mang đi hồn tôi
một hồn đầy trái rụng
đời đã đời chia đôi
tình đã tình khốn nhục

trước khi người phải chết
nhớ một lần đêm nay
mưa đắp mềm vai người
buồn đắp mềm thân tôi
quanh ta đời đã lụn.

(*) Phạm Đình Chương soạn thành ca khúc.

TÌNH SẦU DU TỬ LÊ*

ta như sương mà người như hoa
dối gian nhàu nát nụ hôn đầu
tình đi từng bước trên lưng gió
gieo xuống đời nhau hạt thương đau

người một phương ta cũng một phương
phố cao ngày thấp nắng mưa trùng
mắt sâu ẩn nhốt trời giông tố
ta một hồn câm giông gió lên

người ở đây, ta cũng ở đây
lòng không như mặt, lòng lệ đầy
chân đi gió tạt, sầu ba hướng
tay với một trời, trời mưa bay

người đã vì ta tan ước mơ
phấn son chưa ngát thịt da ngà
môi non đã lỡ tình đau đớn
mộng vữa theo trời hoa phượng xưa

người chôn đời mà ta đắng cay
cây im lá ngọn khói sương bày
chim treo mỏ cóng trơ xương mục
sống đã chẳng cùng chết sao hay

người ở đâu, ôi người ở đâu?
cỏ xanh còn áp má đêm buồn
dế giun còn tiếc mùa ân ái
từng phiến trời mang bao vết thương.

(*) Phạm Duy soạn thành ca khúc

Thập tự*

buổi sáng trong cơn mơ
ta thấy mình cao cả
bàn tay nâng thánh kinh
mắt nhìn em xa lạ
đứng trên bục thiêng liêng
ta cao lời rao giảng...

hạnh phúc như bánh thánh
chỉ nên ăn một lần
ngày tơi như tóc thả
em gầy xanh cơn yêu
mây đẫm dầm cảm xúc
mưa giăng hàng đi qua

em hãy ráng tin ta
bằng vào lời dối trá
và vinh danh ju-đa
bởi chỉ y thánh thiện

một đời ta loanh quanh
với trùng trùng ảo ảnh
một đời ta khôn ngăn
được mắt em lệ chảy

buổi sáng trong cơn mơ
ta về từ địa ngục
với trái tim hàm oan
mắt hoắm sâu sự thật

không ai chết một lần
nên ta hoài sống lại
thập tự mang trên vai
đi tìm người chuộc Chúa

buổi sáng trong cơn mơ
ta thấy mình cứng lạnh
nhìn theo em bơ vơ
trôi cuối dòng tuyệt vọng.

(03-10-71)

(*) Hoàng Quốc Bảo soạn thành ca khúc.

Đời Mãi Ở Phương Đông
Xb. 1974

DU TỬ LÊ

ĐỜI MÃI Ở PHƯƠNG ĐÔNG

gin vàng giữ ngọc

Ở PHƯƠNG ĐÔNG

anh đã hứa em an lòng hỡi nhỏ
ta sẽ về tới chốn của thương yêu
nơi sương sa như sữa suốt buổi chiều
nơi mưa bụi xuống lòng nhau lấm tấm
nơi đêm bước những bàn chân rất chậm
và dãy đèn xấu hổ sẽ quay đi
riêng hàng cây vẫn đứng đó lầm lì
khi anh bỗng hôn em trời lu, (sao tỏ)
anh đã hứa em an lòng hỡi nhỏ
ta sẽ về tới chốn của riêng nhau
nơi nhục nhằn bị bỏ lại phía sau
nơi đau khổ không cách gì lấn tới
nơi hạnh phúc ắp đầy trong mỗi túi
để lúc buồn em khẽ nhón, ăn chơi
để vô tình em có lỡ đánh rơi
thì cũng chẳng bao giờ vơi hết được

nơi giờ khắc như kết thành bởi mật
sẽ tan dần trên đầu lưỡi tham lam
nơi hẹn hò (ôi chốn của trăm năm)
cõi để sống (sau một thời đã chết)
em bình tĩnh dù gì khoan thảm thiết
trước hay sau ta cũng phải quay về
cây có khô cành lá có chia lìa
lòng-có-tạnh và hồn-xưa-có-tối
đường có đổi, căn nhà hoang sương khói
ta vẫn về như giữa một cơn mơ
ta vẫn về dù tóc có bạc phơ
thân run rẩy và mắt mờ chẳng thấy
em đừng tủi bởi nếu cần khi ấy
ta dùng tay để tìm lấy nền nhà
ta dùng môi để giữ lấy ngọt ngào

và những thứ mất đi từ thuở nhỏ
ta sẽ thở bằng trầm hương của gió
lắng nghe xa chân thú bước mơ hồ
núi muôn năm còn ở đó thẫn thờ
rừng vẫn rộng tay mời ta trở lại
đêm vẫn để dành ta muôn của cải
suối vẫn chờ nên suối chẳng đi xa
thông héo gầy bởi thông nhớ nhung ta
chim sẽ rủ nhau về đôi mắt biếc
hoa vẫn ở ối vàng hồn tưởng tiếc
ngày vẫn xanh kỷ niệm sẽ lên mầm
chân sáo vui đem tình cũ về gần
ta ở đó tới khi thành cát bụi
ta ở đó đời ta không có tuổi
em sẽ thành cánh bướm lúc mê vui
em sẽ thành con dế lúc khuya nguôi
cất tiếng hát... phân ưu tình ai dang dở.

Bài T. Ng.

thân ngựa chạy một đêm sầu phố núi
mắt chim theo giọng suối đứng riêng trời
hơi thở ngọt em một đời phong kín
nhớ nhung gì em buộc tóc chia hai

con sóc nhỏ đem hồn lên núi lạ
ta chim rừng cánh mỏi đã đau thương
hương cỏ dại mát dưới chân ngà ngọc
em bảng đen vôi trắng giết đời nhau

trăm con bướm phải về chung một ngõ?
suối xôn xao, phải suối xuống tự nguồn?
em áo lụa dáng gầy hơn bóng núi
rừng ơi rừng cây đợi đã trăm năm

em thanh khiết giữa đời ta bụi bặm
gọi ta về trong bóng nắng thơ ngây
em mới lớn nên tình như thác gội
ôi - bạn - ta, thân ngựa sớm xa bầy.

sinh nhật, 12

tặng em tháng thiếu năm còn
nỗi vui hiếm muộn cảnh buồn vây quanh
tặng em tháng lạnh mưa dồn
tình thêm hao hụt mộng còn như gương
tặng em giá rét em thèm
bông hoa sớm, đỏ nỗi phiền muộn, xanh
tặng em... cay đắng - đã đành
với chua xót nữa, làm thành tình đau
tặng em một khối hồn nhàu
đêm chia bóng chịu, ngày lao đao ngày
tặng em sinh nhật mới này
nến đau đớn thắp lên đầy cuộc vui.

khi tưởng tới người vắng mặt*

rồi em bỏ ta đi
trong buổi sáng Sài gòn đầy lá
hay buổi chiều nắng ăn lốm đốm da em
như những con đường một chiều
khiến những người tìm nhau không thể vòng xe trở lại

rồi em bỏ ta đi
để ta lại như con sâu kèn
(con sâu kèn ngủ vùi trong bao kín tối tăm
suốt một đời không thể tự mình rúc lên những hồi còi
                                            thê thiết)

như con đom đóm
lập lòe cơn mê điên
tưởng cùng em hoan lạc
tắt ngấm chút lửa tàn
đứng lên nghìn tuyệt vọng

em buồn bã như đêm
thoảng hồi chuông tuyệt vọng

rồi em bỏ ta đi
chẳng cách chi khác được
lệ có lỡ ứa trào
cũng khăn mình chậm lấy

đớn đau ở hôm nay
đời sau còn nhắc mãi

khi em bỏ ta đi
có nghe lòng trống trải?
khi em bỏ ta đi
có nghe rừng gió mãi?
ngày đã thổi sương theo
tình hoang mang rất vội
qua những miền hư hao
ta ngồi nghe gió nổi

em môi đỏ ráng chiều
có nghe lòng sắp tối?
đêm gần kề bên ta
bảo ta ngươi thấy tội.

(*) Trần Duy Đức soạn thành ca khúc.

một bài thơ nhỏ*

người về như bụi
vàng trang sách xưa
người về như mưa
soi tìm dấu cũ

tôi buồn như cỏ
một đời héo khô
tôi buồn như gió
ngang qua thềm nhà
thấy ai ngồi đợi
bóng hình chia đôi
sầu tôi lụ khụ

người về như sóng
buồn tôi quanh năm
người về như đêm
tình tôi phập phều
những tăm phụ bạc
lòng tôi gian ác
dấu trong miệng cười

người về như sương
ẩn sau hang động
người về trong gương
thấy mình mất tích

người về như sông
tràn tôi, lụt lội
hồn tôi thả nổi
như khóm lục bình
sầu ai về cội.

(∗) Hoàng Quốc Bảo soạn thành ca khúc.

trong trí tưởng Huế

khi về hồn lụn bấc khêu
những chân cỏ sớm vàng rêu áo người

nhang tôi thắp nén đưa đời
phố rưng rưng cũ, thềm nguôi nguôi, thềm

dấu chim trên phiến tượng buồn
thành cau vết cửa, vạt sương lá ngoài

tưởng người sau mỗi cơn vui
khuya hiên áo cởi vẫn đôi giày, còn

tìm người mưa cũng sang luôn
tóc thưa gió tạt hồn ngang vách nằm

chiếu che giường mọt, bóng thầm
ngó ra ly tách chia phần bàn, lu

góc đời bụi phủ ơn xưa
ngõ bầy dơi động hàng mù u tôi

chưa gần nghe đã xa xôi
những chân cỏ sớm vàng thôi, áo người.

MƯA, HÌNH DUNG H.T.

cuối cùng, đời xuống mênh mông
hồn đi thu bãi, lòng không, tiếp trời

cuối cùng, chia đủ trăm nơi
lá quơ hạt tẻ, cây ngùi, cắt ngang

cuối cùng, người giữa đêm ngoan
hôn tay-ai-lạ, ngó sang bóng, lầm?

cuối cùng, tôi vẫn mưa luôn
trên trang sách mở, biết gần gũi ai?

cuối cùng, người bước qua tôi
gót chân móng nhọn xẻ đôi đời dòn

khi bắt đầu của những năm ba mươi*

cám ơn yêu dấu, cám ơn sự nhắc nhở
cho ta nhớ
sinh nhật ta
lần đầu tiên có người han hỏi
lần đầu tiên
ta nghĩ tới ngày mình
ôi dấu mốc thời gian thảm đạm
khi bắt đầu của tuổi ba mươi

cám ơn yêu dấu, cám ơn cuộc đời
cho ta sống
đến hôm nay
để đón chờ em tới
cám ơn sự nhắc nhở
nếu không
chắc chẳng bao giờ ta tự hỏi
trong xúc động bồi hồi
thực ư? ta có
những năm đầu của tuổi ba mươi

những năm đầu ba mươi
mưa bay nhiều quá đỗi
trí nhớ ta cùn nhụt
chỉ còn ghi ảnh hình
chú nhỏ ngây ngô mùa đông xưa cũ
một chú nhỏ nhà quê
giữa sân trường Hàng Vôi lá bàng rất đỏ
mới thoáng đó
còn đâu đây
mà ta đã bắt đầu những năm ba mươi có phải?
thực đó chăng? thực đó chăng yêu dấu
ta bắt đầu ba mươi
và ta đã làm chi đời ta với thời gian đằng đẵng ấy?

và em nữa, thơ ngây
tới chi cuộc đời ta sắp xế
hoàng hôn một người
ta bắt đầu tới đấy
dấu yêu tội nghiệp
có bàng hoàng khi bước vào cảnh đời ta u ám
những cánh cửa bụi mờ
với then son sớm gãy
chân bước lên thềm xưa
có nghe những đời mưa ngủ yên thức dậy

cám ơn yêu dấu, cám ơn sự nhắc nhở
lần đầu tiên của những năm bắt đầu ba mươi
khiến ta cảm động
bởi nếu không có em
thì đời nào ta nhớ
sinh nhật ta
tháng ngày xa lạ quá
và quá khứ mịt mù
ta tìm ta chẳng thấy

em chính là gương soi
của riêng đời ta đấy

bắt đầu của ba mươi
em dại khờ bước tới
như con sóc lần đầu tiên bỏ núi
như con chim ngu ngốc bỏ rừng
em bước vào đời ta
trùng trùng đau đớn
nhưng yêu dấu,
bởi yêu em
ta sống nốt đời mình
trong hy vọng với vô vàn tuyệt vọng
trong thảm thiết
với tận cùng mừng tủi

khi chúng ta tìm nhau
buổi trưa rưng rưng nắng vàng khung kính phẳng
đời thinh lặng đi qua
ta ngậm ngùi ngắm nghía

cám ơn yêu dấu, cám ơn sự nhắc nhở
sinh nhật ta
là niềm an ủi
là chút hạnh phúc
bởi em cho ta cảm tưởng
ít ra ta cũng còn là người
chưa đến nỗi như cây
mục trong vụn mủn
chưa đến nỗi như rừng
thâm u quên lãng

cám ơn yêu dấu, cám ơn sự nhắc nhở
cám ơn em
cho ta nhớ
sinh nhật ta
dấu mốc thời gian bao năm bụi phủ
như nỗi buồn
dấu cho một kiếp
em có hứa cùng ta
sẻ chia u uất đó?

(*) Trần Duy Đức soạn thành ca khúc.

vẫn mãi ở phương đông*

bây giờ, ta đã già và người vẫn mãi xa
như núi sớm hao gầy và dòng sông sắp cạn
bây giờ mùa mưa luôn thánh thót vườn đời ta
không cứ gì phải đúng ngày đúng tháng
và những con nước kia
còn vỗ hoài hai bờ tâm hồn ta sỏi đá
bây giờ đã muộn cho chúng ta
trả lại nhau tâm hồn và đời sống

khổ ải đã như rừng
ta cố công mở lối

bây giờ, ta đã già và, người vẫn mãi xa
như con thú đã bạt khỏi ngàn
chạy cuồng về phía biển
nơi những dấu chân quen
(có chút gì tội nghiệp)
đó chính là những lời hát
rớt xuống từ đôi mắt của người lãng du
trong một quay đi
không phải là trở về
bởi chúng ta chưa có một mái nhà để, xưa

ôi những móng tư thù
ngập vó đời bầm dập
ta đi qua nửa đời
vẫn hoài trông trở lại
dấu vết là môi người
vẫn còn thơm ngát mãi
và cuộc tình thiêng liêng
ủ trong tim vô nhiễm
bây giờ, ta đã già và người vẫn mãi xa
phải chăng chúa không thể ở gần
vì nhiệm màu
chỉ thực sự hiện hình nơi cõi đến
và, người giết lần ta
bằng thả trôi tình trong nín lặng
cây vàng im bóng trưa
ta cúi đầu tủi hổ

cay đắng đã như sông
cách gì ta lấp được

ôi giờ ta đã già
người đòi gì cuối kiếp
chân chưa thể bước qua
sợi dây người oan nghiệt.

(*) Trần Duy Đức soạn thành ca khúc.

về từ vô vọng*

về tự một dòng sông
em nồng nàn như biển
gió cuốn muôn nghìn năm
lấp chôn tình vô vọng

về tự một mùa đông
em rầu rầu sương cỏ
hồn mưng mưng mây mù
mắt bơ phờ cõi nhớ

về tự một ngày mưa
em não nùng oan khổ
cây khẳng khiu đợi chờ
lá một đời héo úa

về tự một tình đau
môi ứ tràn máu mặn
ngực ngậm lời trăm năm.

(4-72)

(*) Hoàng Đình Bình, Hoàng Song Nhi, Ngọc Tiến, Phạm Anh Dũng...
soạn thành ca khúc.

kiếp sau, xin giữ lại đời cho nhau*

ơn em thơ dại từ trời
theo ta xuống biển vớt đời ta trôi
ơn em, dáng mỏng mưa vời
theo ta lên núi về đồi yêu thương
ơn em, ngực ngải môi trầm
cho ta cỏ mặn trăm lần lá ngoan
ơn em, hơi thoảng chỗ nằm
giấu quanh quẩn giấu nỗi buồn một nơi
ơn em, hồn sớm ngậm ngùi
kiếp sau, xin giữ lại đời cho nhau.

(*) Phạm Duy, Từ Công Phụng soạn ca khúc.

Thơ Tình Du Tử Lê
Xb. 1996

du tử lê / thơ tình

LOVE POEMS

tủ sách văn học nhân chứng · tái bản lần thứ tư 1996

đêm, nhớ trăng sài gòn*

đêm về theo vết xe lăn
tôi trăng viễn xứ hồn thanh niên vàng
tìm tôi đèn thắp hai hàng
lạc nhau cuối phố sương quàng cổ cây
ngỡ hồn tu xứ mưa bay
tôi chiêng trống gọi mỗi ngày mỗi xa

đêm về theo bánh xe qua
nhớ tôi Xa Lộ nhớ nhà Hàng Xanh
nhớ em kim chỉ khíu tình
trưa ngoan lớp học chiều lành khóm tre
nhớ mưa buồn khắp Thị Nghè
nắng Trương Minh Giảng lá hè Tự Do
nhớ nghĩa trang quê bạn bè
nhớ pho tượng lính buồn se bụi đường

đêm về theo vết xe lăn
tôi trăng viễn xứ, sầu em bến nào?
1978

(*) Phạm Đình Chương soạn thành ca khúc.

khi tôi chết, hãy đem tôi ra biển*

khi tôi chết, hãy đem tôi ra biển
đời lưu vong không cả một ngôi mồ
vùi đất lạ thịt xương e khó rã
hồn không đi, sao trở lại quê nhà

khi tôi chết, hãy đem tôi ra biển
nước ngược dòng sẽ đẩy xác trôi đi
bên kia biển là quê hương tôi đó
rặng tre xưa muôn tuổi vẫn xanh rì

khi tôi chết, hãy đem tôi ra biển
và nhớ đừng vội vuốt mắt cho tôi
cho tôi hướng vọng quê tôi lần cuối
biết đâu chừng xác tôi chẳng đến nơi

khi tôi chết hãy đem tôi ra biển
đừng ngập ngừng vì ái ngại cho tôi
những năm trước bao người ngon miệng cá
thì sá gì thêm một xác cong queo

khi tôi chết, hãy đem tôi ra biển
cho tôi về gặp lại các con tôi
cho tôi về nhìn thấy lệ chúng rơi
từ những mắt đã buồn hơn bóng tối

khi tôi chết, hãy đem tôi ra biển
và trên đường hãy nhớ hát quốc ca
ôi lâu quá không còn ai hát nữa
(bài hát giờ cũng như một hồn ma)

khi tôi chết nỗi buồn kia cũng hết
đời lưu vong tận huyệt với linh hồn.

(12-1977)

(*) Phạm Đình Chương, Ngô Tín... soạn thành ca khúc.

thấy bình minh trên sa mạc Utah, nhớ mẹ già

gọi ai gió nổi bốn trời
chiếc nhau tôi lạnh phía đời bên kia
mẹ nằm lặng lẽ trong khuya
lắng nghe biển dội, lời thì thầm, quên
xương tàn một rúm chưa yên
cố lay lắt sống để đền lỗi con

vàng về trên rẫy xanh non
gọi tôi cát ẩm, bãi còn, sông trôi
vàng chan ấm mấy vai đồi
vẫn tôi xa lạ nhớ trời, đất, xưa
sầu già như những cơn mưa
ủng tôi bãi trũng lầy vừa vũng đau
đời trào xuống bút lao đao
xé tôi gan ruột máu nào đẫm tươi
đứng. đi. tôi đó. nói. cười
lúc quay lưng lại, tôi ngùi, ngậm tôi
kẻ nào lúc chết chưa vui?

1980

kẻ từ phương đông qua

một người già hồn nhiên chống gậy đi ngang
một chiều dừng chân đứng hỏi:
- ngươi từ đâu đến đây
mà đầu đầy dấu đạn?
- tôi từ phương đông qua
lửa cháy hừng bốn phía
rừng đã thành tro than
biển cũng trào máu mặn
đạn bắn rền đông tây
tôi tình cờ sống sót.

- ngài giúp được tôi chăng?
sống còn một tổ quốc.

một người già hồn nhiên chống gậy đi ngang
một chiều dừng chân đứng hỏi:
- ngươi từ đâu đến đây
mà lưng đầy vết chém?
- tôi từ phương đông qua
nơi núi thành bình địa
sông lấp bằng xác người
dao chém loạn bắc nam
tôi không ngờ thoát hiểm.

- ngài giúp được tôi chăng?
buồn vui một đất nước.

một người già hồn nhiên chống gậy đi ngang
một chiều dừng chân đứng hỏi:
- ngươi từ đâu đến đây
mà mắt đầy bóng tối?
- tôi từ phương đông qua
mẹ tôi trong chợ loạn
con tôi trên phố đông
vợ tôi trong góc bếp
chết không ngờ một đêm ùn ùn quỷ dạy...
- ngài giúp được tôi chăng?
bình an một mái ấm.

một người già hồn nhiên chống gậy đi ngang
một chiều dừng chân đứng hỏi:
- ngươi từ đâu đến đây
mà xác, hồn thất lạc?
- tôi từ phương đông qua
hồn không còn cõi trú
xác không còn mái che
quỷ sa tăng một hôm trùng trùng vây khốn

- ngài giúp được tôi chăng?
triệu hồn cần cứu rỗi.

một người già hồn nhiên chống gậy đi ngang
một chiều dừng chân đứng hỏi:
- ngươi từ đâu đến đây
chọn chỗ ngồi cô quạnh?
- tôi từ phương đông qua
vai không đeo hành lý
đường đi không bạn bè
khóc không người chia sẻ
sống không còn mai sau

- ngài giúp được tôi chăng?
một ngày mâm rượu cũ.

một người già hồn nhiên chống gậy đi ngang
một chiều dừng chân đứng hỏi:
- ngươi từ đâu đến đây
mà tim bầm máu đọng?
- tôi từ phương đông qua
cõi trần gian quỷ ám
bầy thú đội lốt người
bước chân là súng đạn
tay nắm là dao đâm
óc rỉ hoen sắt thép
miệng thở mùi máu tanh
giết bao đời thơ dại

- ngài giúp được tôi chăng?
một vườn xanh hoa cỏ.

một người già hồn nhiên chống gậy đi ngang
một chiều dừng chân đứng hỏi:
- ngươi từ đâu đến đây
mà nguyện cầu ánh sáng?
- tôi từ phương đông qua
cõi đêm ngày bóng tối
quỷ dữ nuốt mặt trời
bụng trương phình giáo mác.

- ngài giúp được tôi chăng?
một người còn muốn sống!

cõi tôi

cõi tôi, cõi nát, cõi tàn
cõi hoang mang, vội, cõi bàng hoàng, qua
cõi vui thân thế cỗi, già
cõi lang thang mượn mái nhà hư, không
cõi xanh, cõi lạnh, cõi cùng
cõi con, muốn bỏ, cõi chồng vợ, xa
cõi em muốn dạt chân về
cõi đau nhân thế, cõi thề thốt, quên
cõi nào, cõi thật? tôi riêng?
cõi đêm máu chảy, cõi thương nhớ, trùng
cõi tôi, cõi mịt, cõi mùng
thôi em có ghé xin đừng nghỉ lâu
cõi đời đó, có chi đâu!

(1-1977)

thơ viết từ camp pendleton

cám ơn
cám ơn Pendleton
đã cho ta những buổi sáng đầy sương mù
như đôi mắt của người con gái yêu ta còn ở lại Sài Gòn
trước khi ta bỏ đi
để trở thành một kẻ lưu vong mất gốc
bây giờ ta luôn có những buổi sáng đầy sương mù
nhưng không bao giờ không bao giờ ta còn có được một lần
trông thấy nàng
(ôi nàng bé bỏng và yếu đuối
nàng còm cõi trong tuổi thiếu nữ cháy nám
và muôn đời người không thể biết được
niềm mơ ước lớn lao và duy nhất của nàng là
được sống và được yêu ta)

ô! Pendleton
chẳng bao giờ ta còn được uống đôi mắt nàng long lanh
như những hạt sương mai
mà ngươi hằng cho ta trên những cành sồi khô gẫy

cám ơn
cám ơn Pendleton
đã cho ta những chiếc quần chiếc áo
rộng như những bao bố
những chiếc áo đôi khi mặc vào khỏi cần quần nữa
hay những chiếc quần đôi khi mặc vào khỏi cần mặc áo
tuy nhiên
ta vẫn hân hoan, xúng xính đi lại
có sao đâu
bởi với ta bây giờ chẳng còn chi quan trọng

cám ơn
cám ơn Pendleton
đã cho ta những buổi ăn sáng
những buổi ăn sáng nhọc nhằn buồn thảm
bởi ta đã phải làm đuôi
mà cái đuôi thì luôn luôn quá dài uốn cong
đôi khi cho ta liên tưởng tới quê hương ta cũng cong
                                        hình chữ S

cám ơn
cám ơn Pendleton
đã cho ta những buổi cơm trưa ngao ngán
những món ăn hàng ngày gặp lại
những món ăn như giây thung khó nuốt
(vậy mà riêng ta, ta vẫn cố nuốt)
ta nuốt luôn những giọt nước mắt
muốn chảy xuống bát canh
mỗi khi chợt nhớ mẹ ta đã già
biết giờ này, sống chết nơi đâu?

cám ơn
cám ơn Pendleton
đã cho ta những buổi chiều rét ngọt
những buổi chiều ta thấy hồn ta trên những đỉnh núi
                              vây quanh
tưởng như có thể nhìn xa bốn phía
mặc dù ta chẳng nhìn thấy chi
ngoài chính chiếc bóng ta
và nghe được tiếng giầy mòn
khua trên đường về chỗ nằm hiu quạnh

cám ơn
cám ơn Pendleton
đã cho ta túp lều
chui ra chui vào
thập thò, rụt rè
như một con chuột
con chuột da vàng
với một óc rỗng không
và đôi tay thừa thãi

cám ơn
lời cám ơn cuối cùng
ta muốn dành cho vị sponsor nào đó trong tương lai của ta
sẽ nuôi và chăm sóc ta
như chăm nuôi một đứa trẻ
mặc dù ta đã trên 30
quá nửa phần đời của một người Việt Nam khốn khó

Pendleton
ôi Pendleton
rồi ta sẽ trả lại cho người
những buổi sáng sương mù
như ta đã để lại quê hương ta
người con gái yêu ta xanh xao, còm cõi
và mẹ ta già nua, sắp lẫn
có thể hôm nay
đã chết.

(7-1975)

khúc tháng hai*

tôi đã buồn như nỗi ngóng trông
tháng hai, trở lại những con đường
thấy tôi trên những tàng cây, cũ
và những ngôi nhà đã bỏ không

tôi đã buồn như một ngọn cây
tháng hai, cành nhớ lá, sương đầy
tháng hai, thôi đã không tay vẫy
và tiếng buồn rơi đều phương tây

tôi đã buồn như một nhánh sông
tháng hai, thôi vẫn chẻ đôi dòng
cánh chim nào lỡ quên soi bóng
trong nỗi sầu tôi, lên nước sơn

tôi đã buồn như một bàn tay
tay ai gió bão bỏ hiên ngoài
tháng hai, nắng ở phương trời khác
mà tiếng rơi mòn khua ở đây

tôi đã buồn như một sớm mai
tháng hai, hoa cỏ, dấu chân người
có ai mưa ướt đôi vai nhỏ
và nhốt hồn tôi ở một nơi

tôi đã buồn như một giấc trưa
hồn đi trăm xứ vẫn mưa, về
tháng hai, lệ chảy trong yên ắng
và dáng ai ngồi như chết khô

tôi đã buồn như một quán không
chiều lên lênh láng một dây đàn
tháng hai, bụi phủ từng vai ghế
tôi với bàn chia nỗi ngổn ngang

tôi đã buồn hơn chiếc bóng tôi
mai kia tôi sẽ bỏ xa đời
tuổi, tên, thôi cũng đi về... đất
riêng ở nơi này vẫn tháng hai.

Houston 2-84

(∗) Trần Duy Đức soạn thành ca khúc.

khúc k. riêng chàng*

tôi xa người như xa núi sông
em bên kia suối? bên kia rừng?
em bên kia nắng? bên kia gió?
tôi một dòng sương lên mênh mông

tôi xa người như xa biển đông
chiều dâng lênh láng chiều giăng hàng
những cây ghi dấu ngày em đến
đã chết từ đêm mưa không sang

tôi xa người, xa đôi môi tham
em biết, rồi em như chim ngàn
thôi còn khua động làm chi nữa
hồn tôi vốn đã là tro than

tôi xa người, xa đôi mắt ngoan
vườn tôi trăng lạnh đến hoang tàn
em xa xôi quá làm sao biết
vốn liếng tôi còn những ngổn ngang!

tôi xa người, xa trên sân bay
hồn tôi cồn cát dấu chân bầy
em vui đời khác làm sao hiểu
tôi sống âm thầm như cỏ cây

tôi xa người, xa hơi thuốc cay
ngày mai tình sẽ bỏ tim này
chiều em không đến hàng cây cũng
nghiêng xuống tôi từng ngọn heo may

tôi xa người, xa bàn tay vui
bàn tay có ngón đã chôn đời
bàn tay có ngón không đeo nhẫn
có ngón dành riêng cho môi tôi

tôi xa người, xa niềm thiết tha
hoa xuân đã rụng héo hiên nhà
phố xưa em buộc đôi hàng bím
nay tóc về đâu? hồn ở đâu?

tôi xa người, xa miền mê oan
hồn tôi khô xác sợi dây đàn
máu tôi đã gửi trong từng chữ
dẫu chết, còn nguyên lời oán than

tôi xa người, xa một mùi hương
bãi khuya, hồn ốc lạc thiên đường
nhớ ai buồn ngất trên vai áo
mưa ở đâu về? như vết thương.

1981

(*) Khúc Lan, Đăng Khánh, Phạm Anh Dũng, Song Ngọc, Anh Bằng...
soạn thành ca khúc.

sông ngọc*

cúi xuống một dòng sông
nghe bước đời êm ả
lắng xuống một mùa đông
lá người bay lả tả

cúi xuống một dòng sông
ta Trương Chi thời đại
mở ra một khung vuông
người My Nương, kiếp khác
mắt ướt khóc đời chim
tiếng ca lừng cổ tích

cúi xuống một dòng sông
nhớ người xương lá cũ
áo chảy một dòng xanh
từ rào tim phố xá

cúi xuống một dòng sông
nhớ gì không bé dại?
nghe tự hồn lược gương
tuổi thơ quành bước lại
hờn em đầy hai vai
nghìn năm không gội rửa

cúi xuống một dòng sông
em mượt mà nắng lụa
biếc ngời hạt sương trong
gieo xuống ta, hỡi ngọc

cúi xuống một dòng sông
nghe chiều vàng khép cửa
ghế đợi, hồn bao dung
vỗ yên đời lang bạt

cúi xuống một dòng sông
thì thào dòng tóc gọi
giữ lấy những đời mưa
cho mát đời khô, ải

cúi xuống một dòng sông
nghe đầu nguồn thác dội
giữ lấy một vầng trăng
dành tặng chàng sắp tối

cúi xuống một dòng sông
em thơm nồng kỷ niệm.

(*) Song Ngọc, Phạm Anh Dũng... soạn thành ca khúc.

di chúc của một chia tan*

này, yêu dấu, em nhớ gì không nhỉ
những mùi cây cỏ mục rã bên đường
đêm thơm ngát với chùm hoa dạ lý
nụ hôn nào đã ướp lá hương sen?

này, yêu dấu, những mùa trăng quê cũ
những đêm nồng, chăn gối có hơi nhau
những mơ mòng nói nhỏ với... mai sau
những không thể... nói riêng cùng cây cỏ

ta thất chí đứng bên này bờ biển
ngóng chút tình còn sót lại bên kia
hồn tan vỡ từng miếng chai phụ rẫy
cắm lên tường kỷ niệm đã bong khô

đời trôi dạt còn chút tình cố quốc
chết đem theo cho bớt tủi linh hồn
em cũng thế, có vì cơm với áo
mai chia tay cố giữ lại cho mình
mai chia tay cố giữ lại chút tình
chút rực rỡ của dòng sông quê cũ
chút kiêu hãnh của một người thiếu nữ
chút êm đềm của những sáng trong...thơ
chút mơ màng của những tối mưa, xưa
chút đau khổ...vu vơ thời mới lớn
chút ngây dại của tình yêu mới chớm
những con đường xanh mát lá me non
những bâng khuâng sánh bước với... u buồn
đến lớp học và ngồi chung một... góc
những e ấp ngủ chung cùng mộng đẹp
những gọi thầm xấu hổ với... môi thơm
những rộn ràng giấu nhẹm dưới... chăn đơn
những tha thiết hiện thân thành cuống quýt
... ...
em cố giữ chút hồn con gái Việt
mai chia tay, ta gửi nốt cho người
mai chia tay, ta bước xuống cuộc đời
với tan nát từ đây ngày... tháng... ấy.

(*) Đào Nguyên soạn thành ca khúc.

khúc tháng chín*

này tháng chín, mùa thu về rất sẽ
em biết không? tôi kẻ đứng bên đường
hồn tháng chạp, cuối đời khua tiếng gậy
em từ tâm có đủ lượng bao dung?

này tháng chín, mùa thu về như thể
giữa đêm qua, có kẻ lén vào
vườn hạnh phúc một người đang tập nói
chàng phục sinh như một giấc mơ

này tháng chín, mùa thu hồng, lối biếc
mưa ở đâu? ướt trí nhớ ai?
chàng đứng lại bên kia bờ nước cuốn
em bên này có lạnh đôi bàn tay?

này tháng chín, mùa thu về rất mới
bởi hôm qua có kẻ đã qua đời
hồn thánh thiện lối vào thơm cỏ cũ
em xạ hương từ quá khứ tôi

này tháng chín, này em, này tháng chín
em biết không, tôi, kẻ đứng bên đường
hồn hải điểu có bao giờ quy thuận
bỗng bình minh như một cửa gương

này tháng chín, lược đời tôi, hãy chải
và cho tôi sợi tóc cuối chân ngày
đêm tháng chạp tôi sẽ ngồi nối lại
những con đường (những sợi tóc rơi)
những con đường mãi mãi chả ai thôi
quên nhắc đến bởi chính hồn em đó

này tháng chín, nghe không lời nói nhỏ
"hoàng hôn em, tôi gửi một que... diêm".

(9-1983)

(*) Trần Duy Đức soạn thành ca khúc.

Tháng chạp, mới*

người buồn một cánh rừng
tôi buồn một dòng sông
đời buồn muôn kiếp trước
đêm buồn một cánh chim

đêm buồn một cánh chim
người buồn một đốm lửa
tôi buồn một mùi hương
chiều buồn đôi cọng cỏ

chiều buồn đôi cọng cỏ
người buồn một sớm mai
tôi buồn sân nắng, cũ
mưa buồn trên mái ai?

mưa buồn trên mái ai?
tôi buồn như ghế ngồi
người buồn như bếp lạnh
tóc buồn rơi xuống vai

tóc buồn rơi xuống vai
em còn không, tháng chạp?
mắt buồn rơi xuống tôi
rưng rưng ngày gió lớn

rưng rưng ngày gió lớn
em còn không, gương đời?
ai ngồi trong hiu quạnh?
tôi ngồi trong nỗi tôi

tôi ngồi trong nỗi tôi
mưa rơi hoài cuối bãi
người ngồi mơ mấy nơi?
trông chờ ngày nắng mới?

trông chờ ngày nắng mới
người buồn tôi cánh rừng
tôi buồn... tôi núi sông
thịt xương xưa đã gửi
rữa tàn chưa, cuối năm?

12-82

(*) Vũ Thành An soạn thành ca khúc.

em về thăm thẳm núi, non*

em về trên chiếu chăn / tôi
mùi hương tháng chín, nụ cười cuối năm
xót nhau bật máu chỗ nằm
vết răng tháng chạp, dấu bầm tháng hai

em về trong quạnh hiu / tôi
trái tim cứu rỗi, mắt ngời bóng cây
rừng mù lối tóc chim bay
bớt son, môi cỏ, buồn lay lá người

em về trong bão, giông / tôi
que diêm Đông Hải, dáng ngồi vọng phu
lệ còn trên gối, tôi thu
bàn tay ngón út giam tù tháng năm

em về thăm thẳm núi, non
hồn sông, lòng suối, thịt xương chốn nào?
mai quên nhau, mất lời chào
hôm nay chăn gối vẫn ngào ngạt hương

em về trong một đêm sương
có tôi thất chí ngồi thương bóng, còi
da người, dấu cắn răng tôi
đó em, giây phút mở đời đã ghi

góc trời mai mốt em đi
nhớ đem tháng-chạp-tôi về nghĩa trang.

(*) Song Ngọc soạn thành ca khúc.

thu khúc, một*

trăng khuyết, như đời tôi
cũng thôi, một kiếp người
em về, khuya có vui
đầy hồn tôi mưa bụi
tôi về, khuya thiếu... tôi
nhớ người, môi tháng tám

gió ngất, như lòng tôi
chiều thu, im tiếng rồi
những ngón tay mồ côi
đường ngôi không tiếng gọi
em còn trong cõi tôi
thoảng mùi hương tháng chín

nắng xót, như biển khơi
đường xa hút bóng người
nỗi buồn nào có đôi?
sao đời tôi khép vội
tóc buồn xuống hai vai
em nghìn năm mây khói

tôi đã khóc đêm qua
như đứa trẻ nhớ nhà
em ở đâu đêm qua?
quê-nhà-tôi, mất dấu
tôi ở đây đêm qua
mênh mông hồn nghĩa địa

trăng khuyết, như tình tôi
còn nhau không cuối đời
em, một trời gió nổi
tôi, một trời mưa thôi
mắt người đêm tháng chạp
đắp buồn ván quan tôi
áo người trưa tháng tám
gói hồn tôi không vui

kịp về không hỡi bé?
vầng trăng ta khuyết rồi.

8-1984

(*) Việt Dzũng, Vũ Thành An soạn thành ca khúc.

bài thu hồng tháng tám*

và, tháng tám, dòng sông về rất lạ
mùa thu tôi, em thả tóc đi qua
chiều quê người, từng phiến lá thiết tha
rụng xuống mãi, đầy lòng tôi bi thiết

và tháng tám, bàn tay nào thua thiệt?
đón hồn tôi trên từng ngón xương khô
em vầng trăng, vốn lạnh đến không ngờ
mà nước mắt bỗng tràn chăn, gối, mới

và, cây cỏ đã về trong mắt rối
những con đường ngắn lại với chân quen
những lưng trần, ngực mở, với vai nghiêng
hạnh phúc tủi, như bàn tay có tật

và, tháng tám, mùa mưa từ cõi khuất
về theo em, giàn giụa một môi tìm
về theo em thảng thốt một đêm buồn
trong cùng tận tim tôi người thánh thiện

và, tháng tám, nhân gian này cay nghiệt
em dung nhan, trong nỗi hổ ngươi
thanh xuân người, như chiếc lá chưa rơi
lời nói thật cuối đời tôi muốn khóc

người quay quắt kiếm tìm đời thất lạc?
có lột da, em cũng chẳng khác hơn
người đang đứng giữa thiên-đàng-địa-ngục
bước thêm đi, chọn lựa có điêu tàn

tháng tám sớm, thu về, hong tóc biếc
huyệt sâu tôi, đồng vọng mãi tên người

bài thơ nhỏ khôn hết lời chân thiết
quên tôi đi, cùng với dối gian kia
quên tôi đi, mặt, mũi, mắt, môi, thề
kẻo mai mốt nhân gian còn nhắc lại
có một thời hai kẻ đó yêu nhau.
dù tháng tám, ở với tôi mãi mãi
dù em đi, ngàn dặm đã không về.

8-84

(*) Phan Nguyên Anh soạn thành ca hhúc.

Nhớ lại trong đêm nay *

nhớ lại trong đêm nay
nửa đời ta đã sống
nhớ lại, nhớ từng ngày
nơi quê hương khuất bóng

nhớ lại trong đêm nay
nhớ ngày mới mở mắt
chiến cuộc lùa ta bay
theo đường bay tang tóc

nhớ lại trong đêm nay
từ ngôi trường thơ ấu
nhớ mặt từng ông thầy
nhớ chỗ ngồi cuối lớp

nhớ lại trong đêm nay
nửa đời qua thoáng chốc
bạn bè như lá cây
rụng giữa mùa rất biếc

nhớ lại trong đêm nay
ba năm dài lơ láo
đời như miếng thịt dai
nhai hoài không nuốt nổi

nhớ lại trong đêm nay
giữa chỗ ngồi rất lạ
tự hỏi: ta là ai?
làm gì trong quá khứ?
mẹ già giờ dạt trôi!
vợ con còn thất lạc!

nhớ lại trong đêm nay
cửa đời ta đã đóng
đừng nói về tương lai
với những đời phiêu bạt

nhớ lại trong đêm nay
cả trăm điều... muốn khóc
còn hưởng lượng dương gian
chẳng thể hoài im tiếng
còn trong ta Việt Nam
tiếc gì dòng máu cuối

tôi xẻ thịt, chia xương
tạ ơn đời đã gửi
cho tôi một dòng sông
muôn năm trăng rất... lạnh

vắt cạn lòng son tôi
nhân gian rồi sẽ hiểu
quê hương tôi cuối trời
bao năm rồi cháy đỏ.

1978

(*) Trần Duy Đức, Võ Tá Hân soạn thành ca khúc.

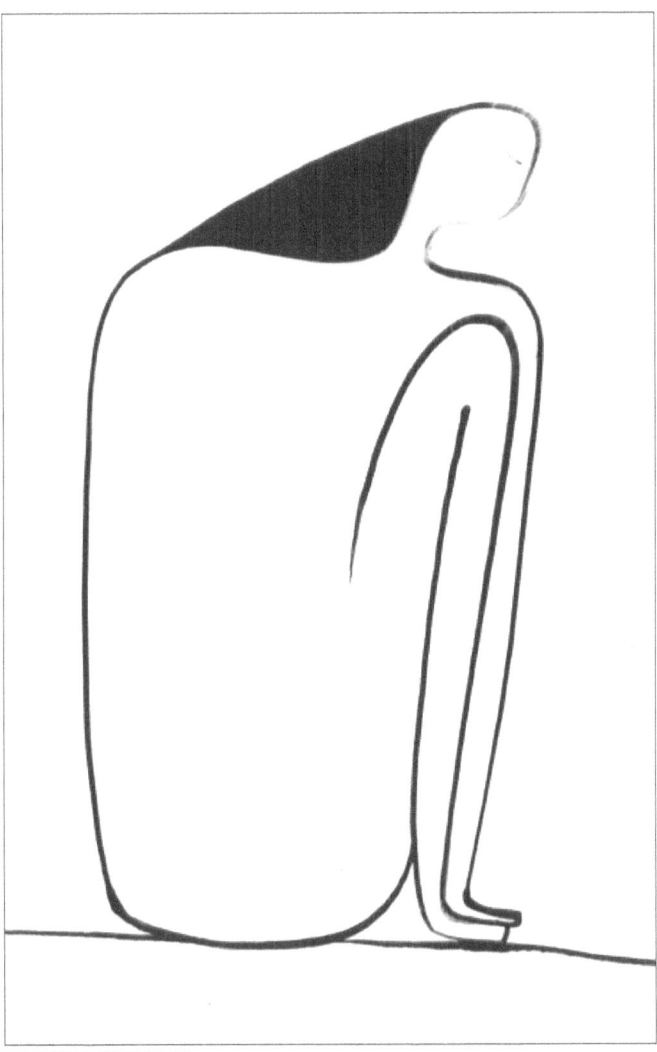

Phụ bản - Lê Thiết Cương

Ở Chỗ
Nhân Gian Không Thể Hiểu
Xb. 1989

DU TỬ LÊ
Ở CHỐ NHÂN GIAN KHÔNG THỂ HIỂU
(1985-1989)

VÌ EM TÔI ĐÃ LÀM SA DI*

thiền viện tôi trưng chỉ ảnh em
kinh kệ nghìn pho có một tên
viết hoa một chữ không ai hiểu
Phật bảo:
- kinh! mà không phải kinh

thế giới vì em sẽ dịu hiền
biển đời phút chốc bỗng bình yên
cánh chim tịch tịnh miền vô niệm
vô chấp, em ngồi như Quan Âm

ba ngàn thế giới quy về đây
vóc ốm em đi. ngón cũng gầy
thấy trong Địa Tạng em và mẹ
Tam Bảo theo tôi: có dáng người

muông thú vì em ở với rừng
tôi vì em ở với Kim Cang
thấy nhau là một đâu còn ngã
thân chẳng riêng thì tâm đâu còn riêng

phá chấp. Như Lai ở dưới trần
hiện thân Bồ Tát cứu nhân gian
cây oan khuất vẫn nghìn tay vẫy
tôi vẫn nhìn em là chân kinh

xuống tóc. theo em khép cửa đời
vào thiền để chỉ thấy viền môi
yêu nhau ai bảo tâm không trụ?
quên hết. nhìn nhau. nhất quán rồi

vì em tôi biến thành sơn tự
mái đỏ tường rêu. hoa hổ ngươi
tình tôi là thảm xin em bước
rất khẽ mà nghe đất nhớ trời

nước mắt em trên chánh điện tình
nở hoa siêu độ hóa tâm kinh
đêm đêm tôi nhớ bàn tay Hựu
và thấy trong kinh đủ bóng, hình

vì em tôi đã làm sa di
không đi nhưng ý vẫn quay về
bế quan tọa thị. tôi và vách
em tụng kinh gì? - cho tôi nghe đi

hôn em Bồ Tát. chuông kinh hãi
rung hoảng vì tôi? hay bởi em?

6-89

(*) Hoàng Thanh Tâm soạn thành ca khúc.

bài nhân gian thứ nhất*

ở chỗ nhân gian không thể hiểu
đôi mắt người hồ như biển đông
có mưa-tôi-cũ về ngang đó
tự buổi thiên đàng chưa lập xong

ở chỗ nhân gian không thể hiểu
mái tóc người hồ như rừng cây
có mây che lối về cho lá
và những con đường thật riêng tây

ở chỗ nhân gian không thể hiểu
tôi có người hồ như vết thương
có đêm ngó xuống bàn tay lạnh
và chỗ em ngồi đã bỏ không

ở chỗ nhân gian không thể hiểu
tôi có người hồ như tấm gương
thấy tôi thắt cổ trên cành khuyết
và bóng đo dài nỗi tủi thân

ở chỗ nhân gian không thể hiểu
tôi có người hồ như hạt sương
có bông hoa đỏ chiều tâm khúc
tôi thấy từ em: một quê hương

ở chỗ nhân gian không thể hiểu
tôi có người hồ như tiếng chim
theo cơn bão rớt về ngang phố
tôi học từ em: niềm lãng quên

ở chỗ nhân gian không thể hiểu
tôi có người hồ như ấu thơ
đêm đêm khóc vụng cùng chăn gối
và thấy buồn như mẹ ở xa

ở chỗ nhân gian không thể hiểu
tôi biết người mang một nỗi buồn
biết ta cuối kiếp tim còn lạnh
cùng nỗi sầu bay đầy hư không

ở chỗ nhân gian không thể hiểu
tôi xin người sớm phục sinh tôi.

17-7-85.

(*) Hoàng Thanh Tâm soạn thành ca khúc.

Bài Nhân Gian Thứ Ba*

ở chỗ nhân gian không thể hiểu
cây đã về xanh đôi mắt mưa
sớm hôm lênh láng niềm chia biệt
đêm tối nào như nước thủy triều?

ừ thôi năm tháng rồi xa lắc
ta cũng rồi trong nấm mộ sâu
chiều chưa đi khuất, người sao khuất?
em hiểu vì đâu chim gọi nhau

ở chỗ nhân gian không thể hiểu
tôi biết buồn em giăng núi sông
ngày nghiêng vai xuống đôi chân nhỏ
nghe lá reo mừng những ngón son

ừ thôi trí nhớ rồi như gió
đêm thổi từng cơn qua biển đông
em vui áo lụa mềm lưng phố
có động lòng thương kẻ cuối đường?

ở chỗ nhân gian không thể hiểu
tôi gửi trong người những hạt sương
xót nhau mai mốt về đâu đó
đều thấy hồn tôi trên cỏ hoang

ừ thôi môi đã là môi khép
chẳng hẹn trăm năm cũng tận cùng
đêm qua có kẻ cuồng điên khóc
em bảo tôi: ồ sao trẻ con!

ở chỗ nhân gian không thể hiểu
tôi với người chung một trái tim

5-85

(*) Trần Duy Đức soạn thành ca khúc.

còn thơm tay qúy phi*

tìm nhau mưa bụi trên đầu núi
thiên đàng trong mỗi bước em đi
mắt thơ lên ngút mùa hoa huệ
khăn áo còn thơm tay qúy phi

tìm nhau cổ tích trong hương tóc
xao xuyến nghìn năm đêm lãm ca
chiều xanh tâm tưởng lòng Quan Thế
ôi vết son đời sau Âu Cơ

tìm nhau thần thoại trong môi ngọc
đôi nhánh vai gầy thương thế gian
trái tim nhật nguyệt vào năm tháng
vóc lụa em về rất Mỵ Nương

tìm nhau thao thiết hồn chim biển
chở hết mùa đi. đợi tái sinh
dáng em công chúa lìa cung điện
nên lãm ca buồn mắt thiếu niên

Bis.

tìm nhau. gió hú rừng hiu quạnh
ôi tấm lòng em như cẩm lai
mùi thơm gỗ qúy trầm sông núi
ta đã vì em ở với đời

tìm nhau. mẹ đứng triền tan tác
gội tóc ngày mưa thả xuống nguồn
ta đi mấy kiếp còn trông lại
lồng lộng trần gian một cõi, riêng.

(*) Hoàng Thanh Tâm soạn thành ca khúc.

Bài Nắng Mưa Thứ Nhất

này yêu dấu, thiệt không mùa nước lũ
dẫy đèn khuya không cõng nổi ưu phiền
mắt thơ dại võng hồn ai bão rớt
để bàn tay từng ngón khổ đau riêng

này yêu dấu, thiệt không ai mới chết
hay là tôi sống lại giữa hoang tàn
ở xó góc của đời tôi bụi bậm
em có vào, đừng khuấy động tro than

này yêu dấu, thiệt không mưa nắng đó
còn âm ba trên từng phiến liu điu
đã thất lạc, đành thôi đừng nói nữa
em có về nhớ gọi núi sông theo

này yêu dấu, thiệt không vầng trán tối
những đường nhăn kẻ đậm tháng năm dài
sợi tóc bạc nói về em dối trá
buổi chiều ai chợt xẻ đứt đôi vai

này yêu dấu, thiệt không trưa rất nắng
dỗ đầy sân từng đốm lá tương tư
em đâu biết mùi hương còn ủ lại
giữa tim tôi từ thuở tự giam tù

này yêu dấu, thiệt không hồn luống tuổi
gió hai hàng cây lá đuổi theo nhau
em ở lại trông chừng tôi góc phố
những ngọn đèn xanh, đỏ đã bao lâu?

này yêu dấu, thiệt không bờ tóc thả
tội chim trời còn lạc lối chiêm bao
rừng thổi mãi mối tình ai nhiệt đới?
thịt xương tôi trong xích đạo kẻ nào?

này yêu dấu, thiệt không ai đã khóc?

2-87

trong tay thánh nữ có đời tôi*

hỏi Chúa đi rồi em sẽ hay
tôi buồn như phố cũ như tay
bàn chân từng ngón ngưng không thở
lạc mất đường đi. tạnh dấu bày

hỏi nắng đi rồi em sẽ hay
tôi gầy như lá nhẹ như mây
gió khuya thổi rớt ngàn tâm sự
thiên đàng tôi là người hay ai?

hỏi gió đi rồi em sẽ hay
cảnh tượng tôi un khói. bụi đầy
ai không ném đá tôi nào biết
riêng người vẫn bay trên ngọn cây

hỏi tóc đi! sông những buồn vui
như tôi qua gần hết cuộc đời
trí khô não kiệt. nghe từ đất
tiếng gọi trời xa. thánh nữ ơi

hỏi mắt đi sẽ thấy rừng cao
biển sâu dưới thấp. đêm quê nhà
con đường núi Sọ, không ai đợi
tôi hỏi tôi: mày, đang ở đâu?

hỏi môi đi! môi còn muối mặn
xát ướp lòng tôi thì đã sao?
chỉ e chẳng kịp cho đời khác
cửa mở nhưng tôi chẳng thể về

hỏi tim đi! tim nói lời gì?
máu còn quy ẩn có đôi khi
chỉ cho em biết hồn tôi khuất
sau những hàng cây đã luống thì

hỏi Chúa đi! ngài sẽ trả lời
trong tay thánh nữ có đời tôi.

(*) Trần Duy Đức, Hoàng Thanh Tâm soạn thành ca khúc.

Thấy Trăm Năm Chỉ Tựa Một Đôi Giờ

tôi sớm biết vốn mang lời chúc dữ
nhưng đường đi gượng nhẹ có vai người
em có tình yêu ở với vai tôi
tôi có biển cho chim về đập cánh

em có bàn tay ngón dài ngón ngắn
ngón Quan Âm kề cận ngón ân cần
ngón oán cừu ở kế ngón ăn năn
và có ngón cưu mang người mạt vận

tôi có giường thơ, gối mềm tư tưởng
mời em nằm, trò chuyện với chiêm bao
để em nghe hồn nhẹ vút lên cao
hiểu vũ trụ vì em mà bất tử

chào kiếp khác rì rào hương-hối-hả
tình yêu ta đi gần hết địa cầu
mai nhìn nhau thấy nhỏ bé năm châu
cả thế giới nở đầy hoa-bồ-tát

môi tháng chạp, tháng giêng em ngào ngạt
miếu đền ta, xin mãi thủy tinh ròng
nghìn cõi trời vẫn một cõi trời riêng
tôi cởi giáp để quy hàng ân nghĩa

tôi chẳng thể lắng nguôi hình bóng mẹ
vì qua em tôi thấy mẹ tôi còn
vì qua em tôi rộn rã yêu thương
cả cây cỏ ngợi ca người hiếu hạnh

em nhan sắc chưa một lần ố bẩn
ôm tôi đi bằng tay Phật Thích Ca
ghì tôi đi bằng ý Chúa Ngôi Ba
son phấn nữa khắp lòng nhau thơm ngát

cành héo úa đoạn lìa cây oan khuất
máu của tôi. xương thịt ở nơi người
em-Như-Lai. Phật pháp độ tâm đời
mưa-lãng-mạn, trôi tôi về địa ngục

tình tôi vẫn thở đều liên đại lục
dù đêm về chiếc bóng có lao chao
đường nào đi dài hơn phút nghẹn ngào
khi vô tận vẫn là giây quá khứ

tôi như núi đứng đây chờ bão tố
em như rừng, đừng hú gọi âm u
rồi mắt-chiều-rơi chạm đáy thiên thu
kẻo nhân loại thấy tình ta quá tội

tôi chân thật biết đâu mà nói dối
thấy trăm năm chỉ tựa một đôi giờ
em hãy về gội sạch xót xa xưa
trang trải hết, tôi cũng về, khép cửa

đời đã gửi tôi thêm lời chúc dữ
gửi thêm mưa. mưa nữa. ở phương nào?
em có trời đất cũ đợi trăng sao
tôi có biển trông em về cứu chuộc

tôi vẫn nhớ trưa nào em đã khóc
ngực tôi nay còn ấm lệ trăm năm
chắt chiu từng kỷ niệm ấp lầm than
nhưng sông núi có bao giờ biến đổi

em nên biết ai không từng xốc nổi
mà quê hương chưa hề mất bao giờ
như hôm qua giáp mặt với hư vô
tôi đã gọi: này em giờ phút cuối.

rất yêu dấu, với tôi là thứ nhất
nhưng đời sau, ai hiểu? chuyện tôi, em?
hay có người sẽ bảo chúng ta điên
vì chẳng thể đợi chờ nhau kiếp khác.

kinh-nắng-gió. Như Lai gầy yếu quá.

mất hay còn chưa hẳn khác nhau đâu

tôi không thể ngăn buổi chiều sắp tối
như em đi mà tiếng chẳng quay về
mưa chẳng thể ướt hoài sân trí nhớ
đôi khi lòng tôi nắng mấy hôm sau

tôi không thể xóa biển chiều sóng gội
dù hôm qua tâm đã tịnh yên rồi
cây chẳng thể giữ hoài tay lá mới
đôi khi lòng tôi lại rất khoan thai

tôi không thể nói gì khi đã chết
như chưa ai kể được giấc mơ đầu
con đường nhỏ có hai hàng bã đậu
đôi khi tình tôi lạc tuốt trên cao

tôi không thể chẻ đôi hình với bóng
như em buồn có dễ mấy năm sau
riêng tôi đã bị tâm tôi phỉnh gạt
khi hiểu ra thì tóc đã pha màu

tôi không thể nghĩ rằng em đã khuất
mất hay còn chưa hẳn khác nhau đâu
thân giả tạm nhưng hồn không giả tạm
em nên tin tình chưa cũ bao giờ

tôi không thể lột da nhìn máu chảy
như trên vai mùi tóc vẫn ân cần
dẫu sông núi nghìn năm không biến hoại
sao sầu tôi có lúc vẫn rưng rưng

tôi không thể xóa đi ngày tái kiếp
hàng me xanh ngọc dát mấy con đường
mùa đã khoác áo đi vào bóng tối
tôi hồ nghi tự hỏi có ai thương?

lòng rất lạ, có điều gì khó nói
tỏ cùng ai? trời đất của ta đâu?
cõi thân cận chỉ có hồn đơn chiếc
và đêm đêm trăn trở giữa quê người

tôi không thể nghĩa là tôi chẳng thể
xóa bôi đi từng bước tự lưu đầy
tôi không thể nghĩa là tôi có thể
nhìn ra em môi mắt đã hao gầy.

bên nào?

đêm nằm tả ngạn nghe sương xuống
thương hữu ngạn em cỏ rất thơ
giờ đang không hữu và không tả
em ở bên nào? phải, trái ta?

TỪ MẪU

ôi thánh nữ đi bên lề nắng gió
đã chẳng cùng thôi hỏi tới nhau chi
ta đọa lạc ngay phút vừa mở mắt
em có là từ mẫu của riêng ta?

sơn tự thi

người trốn vô kinh vẫn thấy đời
khắp cùng sơn tự ảnh hình tôi
đừng quên sẽ chẳng bao giờ nhớ
ai khảo tra mà người cung khai?

cám ơn người tụng kinh siêu thoát
tế độ hồn tôi vó ngựa mù
nghe như Địa-Tạng mà không phải
bi lụy tâm kinh Bát-Nhã về

chúng sanh lầm lạc, em Bồ Tát
tất hiểu lòng tôi đầy Hoa-Nghiêm
nửa đêm nhớ mẹ tôi thường khóc
xin tụng dùm nhau kinh vãn sinh

thương người chưa thoát vòng oan nghiệt
nửa kiếp luân hồi đã mấy phen
cứ đâu phải chết đầu thai lại
mới thấy tình nhau dẫu thật buồn

tưởng đêm Thủy-Sám kinh vô lượng
vô thỉ vô chung vẫn biệt lìa
sớm mai nhập định chiều thương nhớ
đêm tối ngồi khô thế kiết già

bình bát tôi đi khắp địa cầu
tìm em khất thực nghĩa ân sâu
chính tôi là kẻ cần siêu độ
xin tụng cho nhau sạch mối sầu

diện bích nghìn đêm vẫn bất an
nhờ em thưa lại với Quán Âm
cõi tâm tôi trụ nơi nào nhỉ?
phải chính tình em? chính mắt em?

nếu hiểu rồi là cát bụi
kinh nào uyên áo hơn vô ngôn?
sơn tự là tôi em hãy trú
có cũng xong. mà không cũng xong.

tôi đã quy y từ kiếp trước
thí phát từ khi mới gặp nhau
trăm năm trai giới tim còn rộn
lệ ấu thơ và tim ấu thơ.

hãy khép trang kinh trả lại đời
cứ gì sơn tự mới an vui
ủ hương cuối kiếp cho nhân loại
ngã mạn đời sau, em của tôi.

đi với về, cũng một nghĩa như nhau

ta chẳng thể hát chung cùng một điệu
dù em đi lá đậu rớt đôi bờ
dù em hiểu cuộc đời không thể khác
đi với về, cũng một nghĩa như nhau.

giữa trưa có kẻ cuồng điên khóc

trưa đi nắng xế, chiều phương bạn
theo gió, buồn nong chặt mắt nâu
bàn chân năm ngón còn chia biệt
thì cách nào, cho tôi hết đau?

phố xưa trắng lóa niềm thương bạn
ô xá gì đâu! nửa kiếp sau
sống thêm cũng tợ làm nhau nhục
này bạn, lòng tôi cũng bạc màu

gió mưa tôi vẫn về hiên bạn
chiều hôm ai gọi miết ven sông
những cây lau dập-bầm-ta-thán
trông lại, chàm xanh đã nở bông

trí nhớ tốt tươi hình bóng bạn
tóc còn bay lộng giữa hư không
chiêm bao thấy một hồn trôi dạt
cháy đỏ từ lâu, một góc buồn

bằn bặt tin nhau niềm xót bạn
ruột gan từng mối đứt lìa con
giữa trưa có kẻ cuồng điên khóc
tê điếng lòng hơn nhớ nước non

tháng năm đã chết mà hơi bạn
vẫn thoảng từng đêm trên cỏ cây
gối chăn cũng đổi mà chưa tạnh
mùi áo người thơm lừng cánh tay

vẫn trong ký ức dù xa bạn
những ngón củi than, hứng lệ tôi
chén cơm dưa muối nay còn nhớ
thì đến đời sau vẫn ngậm ngùi.

chẳng bao giờ dậy nữa*

em ngủ trong rừng cây
giữa mùa hè rực rỡ
bày hạc không về đây
lá xanh. mềm hơi thở

em ngủ trong mùa thu
những hàng cây lưng gù
gánh tình tôi héo rụng
ngày sau trong tâm tù
nhớ em trăng rất muộn

em ngủ trong mùa đông
cánh đồng tôi nước ròng
em đi qua bến sông
nhớ gì chăn gối cũ
linh hồn tôi ăn năn
về giữa ngày giá buốt

em ngủ trong mùa xuân
mùa xuân đã âm thầm
bàn chân khua góc phố
tôi rơi cùng cô đơn
em còn không tiếng nói?

em ngủ trong lòng tôi
chẳng bao giờ dậy nữa
một đời rồi cũng thôi
chỗ ngồi kia đã bỏ.

(*) Đăng Khánh soạn thành ca khúc.

Từng phút lấm ăn năn

không ai chết hai lần tôi cũng thế
riêng nỗi sầu cư ngụ tới muôn năm
đời vốn ngắn dù bàn tay sáu ngón
tôi sống thừa, từng phút lấm ăn nă____n.

Đi Với Về,
Cũng Một Nghĩa Như Nhau
in lần II. 1992

lê
đi với về một như nhau

ảnh từ ngọc lê, paris, 1989

tủ sách văn học nhân chứng 1991

Hiến chương tình yêu ngày 14-2*

em đã biết Hiến Chương nào cũng vậy,
có những điều bắt buộc chúng ta theo.
(như ngày mai thi lấy bằng lái xe)
ta cẩn thận ghi những điều phải nhớ.

I
khi em lạnh, tôi biến thành ngọn lửa,
củi thương yêu. than đỏ hực ân tình.
em cần thơ cho sáng dạy thơm hơn?
tôi lập tức hóa thân thành vần điệu.

II.
khi em bước tôi biến thành chiếc kiệu
ngựa hai hàng. tứ mã chắc... nan truy?
có sao đâu? tôi nào hỏi mấy khi.
(dù lắm lúc cũng thầm ghen tức chứ!)

III.
khi em viết tôi biến thành giấy mực
bút tương tư mực nhớ đến ai kìa?
giấy từ cây. bút từ gỗ xa xưa.
mực từ nhựa. tôi từ em sống lại.

IV.
khi em ngủ tôi biến thành chiếc gối
để phòng hờ… ngộ nhỡ em muốn ôm
để đêm hờn, em có cái vứt luôn
sáng nhặt lại. thấy mình sao… dữ thiệt!?!

V.
khi em đọc, tôi biến thành chữ viết.
cả nghìn chương, chỉ chép chuyện đôi ta.
mỗi đầu dòng tên em sắp chữ hoa;
cả chấm, hỏi cũng đậm mùi hạnh phúc.

VI.
khi em ốm tôi biến thành tủ thuốc.
thành tấm màn, che gió máy cho em.
em chả cần phải lể, giác hay xông,
vì tôi đã hóa thành cây ngải cứu.

VII.
khi em khóc tôi biến thành… nước mắt.
chảy giùm em - cho cạn sạch nỗi niềm.
để mắt em xanh - để môi em mềm,
tôi là lá giữa buổi chiều… sắp tối.

VIII.
khi em hát tôi thành loa khuếch đại,
cho cả làng, cả nước đổ ra nghe.
giọng em cao - tôi bảo gớm thanh ghê.
giọng em thấp - tôi tha hồ thêu dệt.

IX.
khi em chết - cuộc đời này phải hết
không chỉ tôi, hoa cỏ cũng lên trời!
thú lìa rừng. chim chóc lạnh từng đôi
bao thế hệ vì em mà… biến mất!

X.
Hiến Chương viết ngày Tình Yêu vô lượng
của hai người? - vâng, của chúng ta thôi.
mặc ai cười? mặc ai đó bĩu môi
họ ghen đấy. bởi em là Thánh Nữ

ta sẽ chết. nhưng tình ta bất tử
vì mở đầu nhân loại: cuộc chơi riêng.

14.2.90

(*) Nguyên Bích, Trúc Hồ soạn thành ca khúc.

cửa quên, chung

thiên đàng địa ngục hai hay một?
ta với em là không với không.
chân đi, bóng động xô hình tích,
cũng về sau một cửa quên, chung.

tôi trở về trên những dặm gai đâm*

chao đảo quá như chưa từng biết khổ!
em ở đâu? buổi sáng ngọc, vô cùng.
chân trời gió. bình minh mù. nắng cũ.
tôi trở về trên những dặm gai đâm.

mắt hiu hắt như chưa từng hạnh ngộ!
những bàn chân nhớ cát phỏng lưng đồi.
em nghiêm cẩn che mờ sống núi đó;
tôi ngu ngơ để mất cả gia tài.

tay luống cuống như chưa từng biết nắm!
tôi vẫn chờ, quà chợ, tuổi lên năm.
như thuở mẹ bán buôn thời giặc giã,
tôi, khăn tay, đẫm lệ, tối đi tìm.

môi vụng dại như chưa từng biết nói!
gọi tên em. tôi thẹn đỏ, trong mơ.
ngày dấu mặt cho đừng ai thăm hỏi
sao thơ tôi "bầm giập đến không ngờ!"

chân run rẩy như chưa từng biết chạy!
trốn đi đâu? khi tình đã trao rồi?
em thánh thiện, chỉ mình tôi có tội
(tội yêu người, kiếp khác vẫn chưa nguôi.)

vai buốt lạnh như chưa từng biết ấm!
rơi lên tôi hỡi tóc ủ hương mưa.
chị thấy xót, thương em mình lận đận
nhưng khuyên gì? một kẻ lấm tương tư!

hồn lính quýnh như chưa từng biết nhớ!
khát khao tôi, tựa lá của trăm rừng.
thời mới lớn, mẹ dạy khôn đấy chứ
sao hôm nay, tôi lại quá ngu đần?

tim tức nghẹn như chưa từng biết thở!
nắng, mưa tôi em phó mặc cho trời,
cho máu chảy, với dao đời chém ngọt
nên lúc buồn, tôi hỏi: tại sao tôi?

không. tôi nhớ. in là em đã bảo
"Chúa thương tình: thánh hóa mối lương duyên"!
hồn thanh sạch cùng mắt, môi dấy bão
xóa bôi xong. ngày cũ quả hoang đường.

bài hát dạo của người trong biển ngọc.
em nghe không? có thuộc một đôi lời?

3.90

(*) Ngọc Trọng soạn thành ca khúc.

TÔI CÓ NGƯỜI ĐỂ NHỚ ĐẾN TƯƠNG TƯ

dè sẻn mấy viên kẹo kia cũng hết
như trăm năm ta sống được bao ngày?
tôi trở về dò theo dấu mưa bay
cây thương tích quay lưng làm mặt lạ.

không ai nói vì chẳng ai biết cả
em ở đâu? tình tôi nữa, ở đâu?
riêng lũ chim câu nghiêng má, tựa đầu
kể nho nhỏ chuyện tình yêu thánh nữ.

tôi trở lại, ngồi đây và giả dụ
như em vừa ở đó mới đi ra.
người khuất rồi nhưng mộng vẫn chưa xa.
trái tim vẫn đợi tôi về gõ cửa.

em xa bạn mà thương ghê - rõ khéo!
(có ai nhờ tôi nói hộ ai đâu)
mình tôi đi. mình tôi đứng. nguyện cầu.
viết nhăng cuội, thở than cùng bóng tối.

gương chung thủy với lược đời, hãy chải,
cho dài thêm náo nức ở trong tôi,
cho tình bền dù người chả rẽ ngôi,
mà vẫn thắng đường đi vào vĩnh cửu.

thao thiết quá, khiến tôi thành bận bịu
(đến tức cười vì chỉ ngóng, trông thôi.)
tin không về. tôi cúi hỏi bàn tay:
- buồn ghê nhỉ? ngón nào đang thở dốc?

tình đã ngọc nên sầu tôi cũng ngọc
trên nương-rau-ân-nghĩa sẽ muôn đời
em bảo tôi "gieo máu lửa khắp nơi"
ghớm! kinh khủng. người đâu mà ác thế.

cây có bóng. thú có rừng để ở
tôi có người để nhớ đến tương tư.
đã nhủ lòng mãi mãi chỉ... ai cơ
nhưng vẫn hỏi: - thực ư ngày tháng ấy?

thư vạn dặm mà hương lừng giấy mới
em vì tôi từ chối chọn thiên đàng.
tôi vì em thập tự giá xin mang,
đi suốt kiếp với Tin Mừng sáng dội.

xanh thêm nữa cho tình thêm bát ngát.
dìu nhau đi - cho gặp gỡ chân trời
gọi tên nhau - cho biển cũng bồi hồi
hôn nhau nữa - cho đời sau… có sử.

nhưng tất cả đã thành lời chúc dữ?
vì em đi, chim cũng bỏ tôi về.
mây bỏ trời. mưa rủ nắng bay theo
tôi ở lại nhâm nhi niềm tuyệt vọng.

lo biết mấy: - em cực kỳ bé bỏng
như nụ hoa chưa hé nhận ơn đời.
như sương mai còn lấp lánh mắt người
(con nai nhỏ mang thơ về xứ lạnh.)

vâng bé bỏng. hiểu gì đâu cô quạnh?
ngựa tan đàn. chim lẻ bạn kêu sương.
dù tình em sách ước viết nghìn chương
còn chửa đủ. nhắc chi phần mộ lấp.

ngọc tinh khiết với tôi là thứ nhất,
như cuối cùng cho một cõi hoang vu.
em về mau. cửa hẹp đó đang chờ
và nhận lấy tình yêu người tuẫn đạo.

1.2.90

nhớ bành nho những trưa ở mì la cay*

tận cùng nắng. tận cùng mưa
tôi đau trong tủy. em chờ phố, đông
bảng đường gió. ngôi nhà, không
thấy trong hoang phế còn mong người, về.

1989

(*) Đỗ Vy Hạ soạn thành ca khúc.

chẳng chiến chinh mà cũng lẻ đôi*

I.

chỉ nhớ người thôi đủ hết đời
chim về góc biển. bóng ra khơi
lòng tôi lũng thấp. tâm hiu quạnh
chẳng chiến chinh mà cũng lẻ đôi.

II.

chỉ nhớ người thôi đủ hết đời
buổi chiều chăn, gối thiếu hơi ai!
em đi để lại hồn thơ dại
tôi, vó câu buồn sâu sớm mai.

III.

chỉ nhớ người thôi đủ hết đời
em còn gương lược giấu đường ngôi?
nằm mơ thấy tóc thơm vai hẹn
và, khoảng trời xanh ấn tượng người.

IV.

chỉ nhớ người thôi đủ hết đời
bàn tay dư mấy ngón chia phôi!
(tặng nhau chính ngón không đeo nhẫn)
và những tàn phai đầy tuổi tôi.

V.

chỉ nhớ người thôi đủ hết đời
như trời nhớ đất (rất xa xôi.)
nắng mưa nhớ mãi hàng hiên, đợi
thư nhớ hồi âm. lệ nhớ môi.

BIS.

chỉ nhớ người thôi sông đủ cạn
nói gì kiếp khác với đời sau.
đôi khi nghe ấm trên da, thịt
như thể ai đi mới trở về.

2.1990

(*) Trần Duy Đức soạn thành ca khúc.

BUỔI SÁNG THỞ CÙNG TÔI HƠI HƯỚM MẸ

cô quạnh đã dẫn tôi về đỉnh núi
em, mắt nai, nhớ mẹ buổi xa rừng
ai bé dại mà không từng náo nức?
tôi lớn khôn, còn khóc (một đôi lần!)

em tinh khiết trong gửi trao thứ nhất
tôi trở về nghe nóng cả đôi tai
cánh hoa ép, tím theo niềm bí mật
đóa tương tư đủ ấm nửa môi, cười.

vực thương nhớ thẳm sâu. tôi gọi mãi
em đôi bờ nhật nguyệt có rưng rưng?
trưa thả tóc xuống lòng chiều bối rối
vai tôi đây. xin nhận đón Tin Mừng.

như dấu ấn đóng trên vầng trán, tối
thơ tôi buồn tự thuở nắng mưa mưng
chim có trời với đất, rất thênh thang
tôi chẳng có một chốn nào để ở.

tâm nếu ngọc? cho tôi về trú ngụ
giữa tim em. cùng với núi sông quen
biển sẽ về mang sóng trả cho đêm
sau nỗi nhớ, chỉ mình em cao cả.

buổi sáng thở cùng tôi hơi hướm mẹ
thở cùng tôi mùi áo cũ, xa xôi.
em và, mẹ và, tôi là… một nhé
dấu yêu ơi! phải tôi đã điên rồi?

Bis.

hư hay thực? vẫn là tôi ở đợ
nơi dương gian: tập viết lại tên người.

phúc âm ngoại giáo

bằng tin-kính của tông đồ thứ nhất
tôi xấp mình đón đợi bước em qua.
rừng thảm thiết nghiêng đầu xin gió tạt.
núi nghìn năm còn đợi đá thêm khô
em đã nói cho đi mà chẳng nhận!
chim không về. biển thẫm bóng NÔ-Ê.
tôi thồ ngựa tìm đường lên Núi-Sọ,
gặp hồn mình treo cổ giữa truông ma.

bằng tin-kính của tín đồ khổ, lụy
nhận tôi đi. em ạ! chớ quay đầu.

bay suốt đời chưa thấy được mình*

1.
buổi sáng em về như Hoa Nghiêm.
từng phút xa, thơm nỗi muộn phiền.
mỗi sát na qua là một kiếp?
mỗi lòng sông lạnh một u linh?

2.
bất khả tư nghì nỗi xót, đau.
bến giác, bờ mê bạc mái đầu.
ngày nghiêng nhớ xuống vai tiền kiếp.
chuông mõ âm, âm ngã mạn, nào?

3.
bay suốt đời chưa thấy được mình!
ta hồn chim biển, bóng trong kinh.
soi gương thấy lệ ai còn, chảy.
chiếc lá người bay ngoài nhân duyên.

4.
trì tụng cho tình kinh Vãng Sinh;
một pho Phụ Rẫy. một pho Quên
đêm đêm trăn trở Tăng và Pháp.
ngón nào là Phật? ngón nào trăng?

5.
ai là ta nhỉ? ai là em?
là một hay hai? mất ở còn?
tâm nào đốn ngộ. tâm nào giả?
siêu độ linh hồn, liệu được chăng?

6.
niết bàn chẳng khác gì âm phủ.
như sầu kia vẫn ở trong ta.
nứt da, rách thịt mong mưa, xuống
thương xé đêm sâu. dấu nghẹn ngào.

7.
cứ gì đạn bắn dao đâm suốt
mới hiểu vì sao máu đã tuôn!
cứ gì phải chết rồi ta mới
chứng thực đời nhau: cảnh giới buồn!

8.
này em Bồ Tát. ô! ta biết
kinh nệ nào khuyên ta bỏ nhau!
như gió chiêm bao còn thổi, mãi
lối về chuông, mõ tấy thương đau.

9.
ba nghìn thế giới mà ta vẫn
không biết về đâu? trụ ở đâu?
chùa xưa đã đốt. ta đi vậy
tam bảo và em ở cõi nào?

2-5-90

_____

(*) Anh Việt soạn thành ca khúc.

chữ cũng như người đau biết bao

thương bạn gối đầu dăm quyển sách.
tấm lòng chân thật chẳng ai mua.
âm binh nhóm chợ buôn xương, thịt.
chữ cũng như người đau biết bao.

THƯƠNG MẸ ĐÃ LƯNG ĐỒI*

ta, bia mộ lãng quên
níu gì thời đã mất?
mở tung ta. gió ngất
cháy rực nỗi đìu hiu.
những gì ta đã hỏi
không một ai trả lời.
những điều ta đã nói
tuồng như mây bay thôi.

trách gì nhân thế đó,
buồn chi mối nhục này.
trần gian con mắt đỏ,
lòng ta thì ta hay.

cảnh đời rồi cũng xế
nào ai không trở về?
qua rồi cơn mộng dữ
người, cuối cuộc hôn mê.

ta đi trên đường gai,
dù Chúa không hề rải.
thương mẹ đã lưng đồi.
còn nghe rừng hú mãi

người đi trên đường vui
bước chân mền cứu chuộc.
tiếng cười ròn phía trước.
sau lưng ta, huyệt sâu.

ta ngồi mòn ghế cũ
nghe mưa trên ngọn cây.
muộn phiền còn bủa vây
cách gì ta quăng lưới?

người ngồi trong cõi Cha.
chói lòa ơn nghĩa, mới.
biển, bình minh réo gọi.
ta hoàng hôn, mất nhau.

ru đêm, bài hát dạo
hát cho trời đất nghe:
"cuối cùng ai chẳng về
"có lẻ loi, cũng vậy
"dựng xác ta đứng dậy
"hỏi: - này linh hồn đâu?
"cớ sao đã bạc đầu
"còn loay hoay kiếm lối?"

ta hát cho âm binh.
đã cùng ta chăn gối
hát lên, một lần cuối.
trong bữa tiệc giã từ.

xin rửa tội bằng lửa.
cho kẻ chết là ta.
để ngày mai sống lại
trong tay người, mãi xa.

19.3.90

(*) Lê Văn Thành, Nguyên Bích soạn thành ca khúc

ta tiếc thiên đàng sớm lập xong*

em có buồn riêng đôi sớm mai.
con đường có những đoạn chia phôi,
ngọn cây có những trời giông bão.
ta có nghìn năm đợi một người

em giấu bàn tay trong tóc mây.
những ngày mưa giấu nắng trên cây,
đàn chim giấu những mùa di trú,
ta giấu hờn ghen góc trái này.

em tiếc màu xanh sớm ố vàng.
bông hồng tiếc thuở nụ đương non.
những con bướm tiếc thời trong kén.
ta tiếc thiên đàng sớm lập xong.

ai biết trần gian có thuở nào?
núi sông ai dựng giữa chiêm bao?
dung nhan ai lạnh trong chiều ấm?
ta thấy ta trong lối tuyệt. mù.

(*) Phạm Gia Cổn, Trầm Tử Thiêng… soạn thành ca khúc.

thức dậy trên gác nhà nguyễn ang ca ở bruxelles nhớ thao thiết một người

ngó xuống. mưa xanh một góc đường
miếu đền xưa, cũ. ngựa buông cương.
đá phơi gan, ruột nghìn năm trước.
gươm dáo còn trơ nỗi thảm thương.

từng bước chân đi hồn vẫn lạc.
cách gì chăng nữa cũng là không.
ta trong trời mới hồn không mới!
tình vẫn khua trên mái lá vàng.

16.11.89

chim soải cánh rớt tiếng về Nam Hải*

tim viện cớ đời cho toàn mặt nạ
nên trái sầu chín mọng lúc đương xanh
tình lửa ngọn nghìn sau thôi cháy đỏ
củi, than nay chỉ đợi phút tro tàn.

mắt viện cớ linh hồn quên mở cửa
nắng mưa mưng trên từng dậm gai sưng
rừng thở miết nỗi tàn phai dã thú
cây chia tay cho lá mục lên đường.

tóc viện cớ khoảng trời xanh đã khuất
tựa chiều hôm thiếu mụn khói quê nhà
năm mươi tuổi hốt ngộ rằng mất mát
bỗng làm nên bao sợi bạc quanh đầu.

vai viện cớ gánh đời kia quá nặng
chân đi xa chưa bước khỏi bóng mình
chim soải cánh rớt tiếng về Nam Hải
núi phân thân. từng ngọn. đứng. im lìm.

1991.

(*) Nguyễn Linh Quang soạn thành ca khúc.

Chấm Dứt Luân Hồi:
Em Bước Ra
Xb. 1993

DU TỬ LE

CHẤM DỨT LUÂN HỒI EM BƯỚC RA

TỦ SÁCH VĂN HỌC NHÂN CHỨNG

Thơ ở thời của những người không tuổi trẻ

chúng tôi lớn: còi cây rừng, cỏ dại
tuổi thơ chưa kịp ngọt đã chua, lè!
mỗi trang sách bật lên nghìn dấu hỏi!
nguyên không gian chưa chỉ dấu đi, về /.

chúng tôi lớn: vào đời không lựa, chọn.
hoa tình cờ nẻ đá mọc hoang mang /.
suối không mạch. thác không nguồn, chảy ngược /.
ngón vực ngờ khỏ vỡ trán cô đơn /.

chúng tôi lớn: ủng mặt trời đáy ngực /.
ngông nghênh chê lạch nhỏ. vượt biên, thùy /.
chí vạm võ: khinh ba chiều hạn, hẹp,
(dù tháng ngày: thường trực ủ ê khuya!?!)

chúng tôi lớn: sông ngàn năm đứt khúc
thồ nỗi buồn lên núi. cột mây chơi /.
dăm đứa mượn lời ca và nốt nhạc;
rất nhiều thằng vui súng, đạn, khơi khơi /.

thằng yếu đuối núp vô màu áo đạo ;
đứa hoang đàng chết tốt bụng dao phay /.
tên khụng khượng hỏi: - đâu rồi Thượng Đế?
đứa lên rừng. đứa kèm trẻ, xâm tay /.

chúng tôi lớn: nứt xương rồng, sa mạc
tìm văn chương làm hố nấp tâm hồn!
chữ với nghĩa có đâu là lối thoát!
dăm đường dao, nhát cọ cũng hư, không /.

chim làm tổ. chúng tôi tìm khói thuốc
mửa mặt đời. nôn thốc tháo nhân sinh /.
thằng sở mỹ lên gân. thằng xách cặp /.
tên lao công: trốn lính. đứa dại hình /.

năm mươi tuổi: hai chục năm luân lạc
những anh hùng, tài tử hóa lem, nhem!
đời dẫu nhận hay xua thì cũng vậy /.
chúng tôi buồn hơn núi thọ tang sông /.

năm mươi tuổi: chúng tôi không tuổi trẻ
thiếu quê hương: - phế bỏ võ công mình

Portland-Seattle 8-93

tự tình, phương tây

khi tóc bạc hỏi ta: điều mất, được?
- lối bay nào lưu dấu vết nơi chim?
ngươi một thuở cùng ta ngồn ngộn, gió
phút chia lìa: bật ngửa gốc thanh niên /.

khi vai mỏi hỏi ta: thời tiết mới?
- những cánh rừng suy, tạ khắp năm châu.
thơ địa chấn thôi gây thành rớt bão /.
vầng trăng chôn theo khối đá mang về /.

khi mắt đục hỏi ta: điều thất, lỡ?
- buổi chiều nghe sương nặng chấn ngang lưng /.
ai thủ phạm những đường gân kỷ niệm?
cây a tòng rụng lá - nhớ phương đông /.

khi môi mặn hỏi ta: lời nguyện cũ
- sông trăm dòng biết uống được bao lăm!
 em mỹ viện đến tâm hồn cũng lột!
ngược chiều kim. nhiệt đới ẩm trong tâm.

khi ký ức hỏi ta: đâu sự thật?
- núi sông càng săn đuổi tuổi năm mươi /.
tay nhặt nhạnh những thanh đời sắp mủn,
chụm một lần. chưa đốt đã tro, bay /.

đêm khẩn cấp che mối sầu ác tính
ngày xóa, bôi gốc tích kẻ lưu đày /.
mặt hớn hở. da xâm dầy hỷ tín,
riêng bóng, hình ma đuổi chẳng nơi chui /.

đã tới lúc ta hỏi ta: ai vậy?
chết, chôn đâu? hỏa táng? ở phương nào?

Khúc Hạnh T., 6

những cây nến cháy như da thịt,
trơ nỗi sầu, đau, đụng tới xương /.
những môi, mắt cũng như tờ giấy,
đốt thành tro,
bụi vẫn yêu thương.

• chấm dứt luân hồi: em bước ra • xb.1993

và mười chín tôi, một lần nữa

trái tim từ đó như gương mới - -
chỉ giữ giùm ta nguồn hạnh, hương.
ngón tay từ đó như cây nến - -
thắp sáng đời sau
người đổi tên.

khúc mười chín, tháng 9*

ngày tôi. trôi trên lưng, đời
cây khô gốc đợi, lá bồi hồi, reo /.
sương, trần thân mây, chia, ly
nhập chung nỗi chết: sầu khô, héo về /.
môi đêm. thơm nhang xuân thì
tháp trong da thịt lời thề bồi, riêng /.
tôi nằm. tôi nghe tôi tan
lẫn hơi đất ẩm, chút vàng, son, xưa /.

khuya tôi trôi trên tay, còn
lung linh địa ngục: thiên đàng dấu răng /.

tôi tan rồi. tan. tan. tan.,...

(*) Hoàng Xuân Giang soạn thành ca khúc.

khúc hạnh T., chia lìa

phần tư trái đất: em: da thịt /.
như biển sinh từ lệ thốn tâm /.
rừng, mưa, tháng chín, môi tôi: mặn /.
chỗ một đời em vẫn để,
dành.

khúc hạnh tuyền, núi sông*

chẻ đôi sông núi: đêm bưng mặt
mưa quấn khăn vào sâu ấu thơ /.
chẻ đôi thân thế: mù tăm tích /.
ta nghĩa trang nào? chôn, cất nhau?!?

chẻ đôi tâm thất: kênh, mương cạn
hương tóc truy tầm vai thất tung /.
tưởng ai oan khuất vừa quay gót!
xương, thịt, đời sau, máu rất buồn /.

chẻ đôi con gió: cây ly, biệt - -
tim chấn thương cùng môi tháng, năm /.
phạt ngang ký ức rừng, thao thiết - -
dòng suối trăm năm bỗng mất nguồn.

―――――――――――――――

(*) Trần Duy Đức soạn thành ca khúc.

PHÁC HỌA, HOA THỊNH ĐỐN, 4

1.

hàng cây, hàng cây, phương tây /.
gió, khô góc trái. hồn đầy dấu đinh/.
nàng về. nàng về, vai thuôn
vòm tâm ấn tượng trí cường điệu, khoan /.
lìa nhau. lìa nhau, căm căm
đèo mưng sữa, muộn. lũng lầm lửa, môi /.

trầm ta. trầm ta, thai đôi /.
xẻ banh da thịt: hiện ngôi giáo đường

2.

trời cao. trời cao, ôi chao!
quẩn quanh hạt lệ mây, phù thịnh, gương /.
mùi hương. mùi hương. mùi hương /.
hồn cây phong úa ơn đền gốc, xưa /.
hồi chuông. hồi chuông, Ju Đa
mặc, em khấn dối, ta đề quyết, tin /.

rừng lu. rừng lu em / trên
chỗ sâu đáy ngục: thiên đàng mưa, luôn /.

3.

Và, nguyên sa và, mai thảo*

em mang hoa vào chiêm bao /.
tóc thơm tho, ngắn; gắt ngờ vực, vui /.
chim bay. truyền tin hai người ;
giữa hơi hướm lạ, tay hồi âm, lên /.
đường xanh, nghiêng, ương, lương duyên /.
con sâu cuốn chiếu đo miền hạnh dung /.

em mang hoa về hư, không:
nhân gian mỗi một ta còn nở bông.

---

* Khang Thụy soạn thành ca khúc

LỤC BÁT NĂM MƯƠI

1.
ngày khô ran. buồn rơi mau
nền rêu, sắt nhọn. lối rào thép ngang
chim về tha niềm băn khoăn
hồn tôi bẻ góc vào con ngõ nào?
đường đi quanh, nguồn sông đào
thuyền, khuya, mắt lạnh, những ô cửa, mù.

2.
tôi nằm nghe trưa. mưa đi
xốc cơn ốm dậy. bốn bề lanh canh
buồn nào vàng. buồn nào xanh
xăm xoi thân thế thấy ghềnh thác: khô
tìm nhau. ai đi tìm nhau
dưới sâu khe lạnh cây lau tay, mời.

Houston, 6-92

Thơ Tình Năm Hai Ngàn

huyền thoại buông màn. cổ tích chôn
chị Hằng, tảng đá: ai là trăng?
cây đa, chú Cuội, và con thỏ,
là bốn? hay là một chữ không?

buổi sáng phi thuyền đáp sao Kim.
chiều, tôi ngồi quán nhớ mông mênh.
tối nay hàng triệu ngôi sao mọc
em ở nơi nào trong không gian?

nhân loại sẽ rời lên Thổ tinh?
kẻ về sao Hỏa. kẻ sao Hôm?
mẹ về sao Vệ. cha sao Mộc?
tôi chọn khô theo quả đất dòn

khi chết thành ma? giờ cũng vậy!
chỉ như mặt khác tấm gương soi /.
sống đây. sống đấy mà đâu hiểu:
vạn kiếp trong cùng một kiếp thôi /.

chẳng còn. chẳng còn. chẳng còn chi!
chỉ còn bí mật của trang thơ /.
em đem hạt lệ gieo lên luống /.
ruộng nẻ tôi cầy ven hư vô /.

tưởng tĩnh, ai ngờ đụng nháng sao /.
em về ẩm ướt khắp chiêm bao /.
nguồn thiêng ở phút đầu sông tặng;
thác đổ. ghềnh neo trời. nao nao.

tôi mời em vào thế giới riêng.
thế giới không người. thế giới chim /.
ném đi ước lệ, quăng quần áo /.
tươi tốt nào hơn em khỏa thân?

địa đàng bôi xóa tự nghìn xưa.
tôi có em, đâu cần E Và.
đâu cần trái táo và con rắn.
cám dỗ tinh ròng như nhụy, hoa /.

em sẽ quây quần với các con.
tha hồ dựng núi, đào nhiều sông;
tha hồ bảo nắng hay mưa xuống,
nhân loại sau này khởi tự em /.

đứng trước bậc thềm tân thế kỷ:
tôi viết thơ tình: hiu-quạnh-kinh.
ngày mai ai cũng là thi sĩ,
tìm thấy vầng trăng thật: của mình /.

Houston, 7-92

quê hương là người đó*

người nay xa xôi người bên kia trời.
người nay xa xôi người bên kia đời.
chân người có vui, những chiều cuối phố?
mắt người có nguôi, những chiều mưa rơi?

ta lang thang cảnh tình lữ thứ.
ta thương đau đời cuốn theo dòng.
biết bao lần ta đã gọi em.
biết bao lần nắng xa chân thềm.

ta thương em mảnh hồn tan vỡ.
ta thương em bèo vướng chân cầu.
biết bao giờ ta có lại nhau?
biết bao giờ gối chăn nhạt nhòa?

ôi người quê hương một đời ta gọi.
ôi người trăm năm đời đời biệt ly.
quê hương ta, chính là người đó.
hấp hối mãi với mối tình xót xa!

1981

(*) Phạm Đình Chương soạn thành ca khúc.

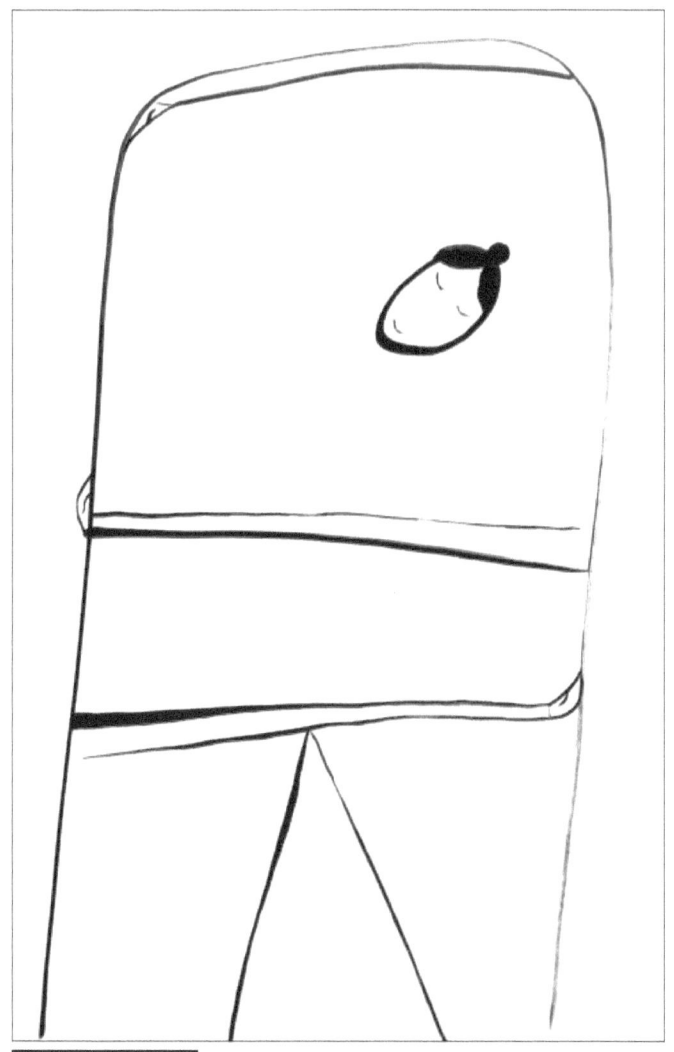

Phụ bản - Lê Thiết Cương

Nhìn Nhau
Chợt Thấy Ra Sông Núi

xb. 1994

du tử lê

homeland mirrored in your eyes
poems

nhìn nhau
chợt
thấy ra sông núi

tủ sách văn học nhân chứng

biển, gương, seattle

nên, con sông không thi hành
cát suy thoái, muộn, vơi ghềnh / thác / cao /.
trưa chôn chân: dăm con sào
bóng toan xuống cấp. thân hồ hởi, can /.

nên, chiều lên chia tay chim
vạt cây cấu kết rừng nguyên thủy, nàng /.
tôi tê, mềm, xuôi, sâu / hoang /
khuya / mây chủ động quy hàng biển / gương /.

nên, vàng non, ngon mưa, thơm /
sớm / sương / phố lạ, tâm biển biệt, bay
em ngồi chân dung. hôm nay
tốt thôi! khuôn cửa / mở / thay mặt, mời /.

nên, tôi tìm tôi trăm nơi
hồn thu nhập những gắng, dài hơi ngân /.
người đi buồn cài ngang lưng
rồi / mai bụi cũng rơi cùng chỗ! thôi...!

Riêng: biệt ly... quá đỗi

1.

nhân loại đã quên cảm ơn Olga
nguồn hứng khởi cuối đời Pasternak /.
trong khi chim chóc, thậm chí những búng tuyết
cũng tìm thấy khá nhiều dấu vết Olga
(trong Lara.)
và biết bao bài thơ
thủy tinh / miểng / sóng sánh / máu thiên nhiên /
cửa / trắng
ký tên người rất buồn:
Pasternak

2.

nhân danh những thế hệ mai sau
(những thế hệ khó thể hình dung Âu Cơ
khó thể hình dung Quán Âm / Mị Châu / Jeanne d'Arc / ...)
nhân danh những trái tim trẻ, thơ
sẽ yêu thương và, ngợi ca em
biểu tượng tình yêu hồng thủy nhất /.
hôm nay ta cảm ơn
Tulip /.
mầu son và, mùi hương
môi em rịn / niềm vắng xa / nấu /.
hôm nay ta cảm ơn
cành sen /.
(cũng mầu son và mùi hương,)
môi em chói / vòm địa ngục / gắt
cảm ơn / cảm ơn / cảm ơn / cảm ơn / cảm ơn /...
người phát quang ký ức ta
hoang dã.

3.

ở cùng khắp thơ ta
rừng tóc ngắn / thành phố trắng / ngấn cổ trắng / vành tai mưa
và, mưa
cắt nhỏ mắt, môi em /.
cắt nhỏ thèm, khát ta cho gió
ném về sau
biển / lãng quên / cành / lá:
biệt ly C.
ngực,
mộ bia người mang tên
thánh nữ.

4.

bây giờ, mùa đông
những chiếc lá phong bỗng không mất tích
trong trí nhớ chưa tối tăm lắm của nhân loại!
và những ngón tay cây hành khuất
đâu đã kịp hỏi han điều gì
mà mọi người đã vội vã quay lưng
tựa ma đuổi!

5.

anh chỉ xin còn mãi buổi tối
em / ngón tay / mùi shampoo / hương tóc / lùa / thơm
biệt ly / liên /
nín lặng.

6.

bây giờ, mùa đông
em quên hỏi chiếc bóng / kỷ niệm / rớt đâu
trên những đường-phố-bảo-tàng-viện-tình-yêu-ta
cẩn xuống /.
bây giờ, mùa đông
lũ chim sâu sớm bị bầu trời nuốt chửng /.
nói gì rừng tulip
và những cành sen,
đen, xám hạnh phúc,
dối /.
bây giờ, mùa đông
buổi chiều / ta / bánh xe /
lăn xuôi / tàn tạ / đỏ /.
biệt ly T.
bồ tát.

7.

những con rắn ấu thơ
lột da, tìm máu cũ
và trái táo chỏng trơ
héo / mặt bàn / hãm hại.

8.

hôm nay ta cảm ơn
đôi mắt người cám dỗ /.
rất nhiều phần mai sau
không còn ai nhắc nữa!

9.

mọi thứ cũng thường thôi
riêng:
biệt ly… quá đỗi!

Montreal - Duncanville. Dec. 93

Tuyên Ngôn Của Những Người Không Cần Kiếp Sau

cùng ta, cùng ta, yêu dấu
cùng chim muông và thú rừng
cùng nắng, mưa và những hạt lệ
chảy nhanh hơn giọt nến /.
(những vạt nến sau lưng
tạt lầm than phía trước /.)
cùng ta, cùng ta, yêu dấu
cùng ta bước khỏi căn nhà ấm áp
hệ thống gas
chiếc lò sưởi
những ngọn lửa củi, tươi
(gẫm lại coi
...rất giả /.)

ấm áp của làn da
tố cáo thêm căn phần lạnh lẽo, khuất /.
người gánh chia lìa: câm
chân cuối đường gió: thốc /.

những lời kinh lặc, lè
phỉnh phờ tình nạng gỗ /.

đôi mắt người đêm qua
chim hàm oan kiếp trước /.

cùng ta, cùng ta, yêu dấu
cùng ta bước tới
giữa bục gỗ mùa đông
ngợp muối tuyết
chúng ta sẽ tuyên đọc rõ to
(đúng rồi)
tuyên ngôn của những người không cần kiếp sau!
bởi tình yêu
tự thân là huyền thoại /.

cổ tích cho ngày mai
tình hôm nay khốn, đốn /.

cùng ta, cùng ta, yêu dấu
cùng ta rời bỏ hang động ấu thơ - -
hầm ẩn nấp
mang tên hy sinh /.
mái hiên
mang tên cao cả
rời bỏ mọi nhân danh
những đời măng sẽ lớn /.

rời đi và trút bỏ
khỏi thân thể
không chỉ áo quần / quá khứ / tương lai /.
rời đi và trút bỏ
ngay tên gọi / ngày sinh / lý lịch / kiến thức
những thứ làm nên ta /.
(gẫm lại đi
…rất giả /.)
tựa nấm mộ mối đùn
lấp chôn ta mấy chốc!!!

cùng ta, cùng ta, yêu dấu
(đúng rồi /)
chúng ta sẽ tuyên đọc rõ to
tuyên ngôn mới /.
tuyên ngôn của những người không cần kiếp sau -
(nội đời này thôi
đã đủ /.)

mưa tự hồn mái dột
đêm đơm trái đậu mùa
sẹo rỗ: khô tiếng nói...

cùng ta, yêu dấu
(đúng rồi /.)
chúng ta sẽ tuyên đọc rõ to
tuyên ngôn mới /.
một tuyên ngôn khác hơn tuyên ngôn nhân quyền
(nhân quyền gì!?!
khi em chưa hề
được sống một ngày no kềnh mơ ước /.)

tuyên ngôn mới /.
một tuyên ngôn khác hơn tuyên ngôn độc lập /.
(bao dân tộc hân hoan
ngỡ độc lập tự do đã về trên trên đất nước họ)
độc lập, tự do nào mới được chứ?
em: vốn một quốc gia
còn quá ư buồn bã /.

người ốc đảo lìa xa
hiểu gì đâu nắng, gió /.

cùng ta, cùng ta, yêu dấu
chúng ta sẽ tuyên đọc rõ to /
(đúng rồi /.)
tuyên ngôn mới /.
một tuyên ngôn lạc loài
của những người muốn văng tục
vào giữa mặt kiếp / khác /.

cách gì có đời sau
tàn phai / giờ / hắt lại /.

thập giá: thịt xương ta
đóng bằng đinh: chối tội !!!

Forthworth - D.C. 12- 93

sinh nhật t., riêng

sông băng thân ngang tâm người
tóc quên vai, cũ. tôi, mười mấy năm
chiều thu quân. rừng quy hàng
xót nhau sinh nhật! nến hàm oan, thêm.

Sông Núi Người Thơm Nỗi Nhớ Nhà
Xb.1996

sông núi người thơm nỗi nhớ nhà

YOUR SCENTED GARDEN, MY NOSTALGIA

photo by nguyenbakhanh

tủ sách văn học nhân chứng
1996

riêng em thì không đặng xóa, bôi đi

gió hân hoan nghìn, triệu sợi dây đàn
lòng ta cũng dại tê hương tóc gội
mưa luống, cuống niềm vui người trọng tuổi
em thiệt thà một dấu chấm than

cây bông vải ngõ sau cào cửa miết
kể từ trưa bàn, ghế tiễn em về
ta dọn, dẹp luôn chỗ ngồi bỏ lại
riêng em thì không đặng xóa, bôi đi.

việc gì em phải khóc

tim ta: đài khí tượng
canh chừng gió, mưa em
mắt: con sào trên sông
đứng đo mực nước xuống

tim ta: đèn lưu thông
hỏi han em tốc độ
từ khi em mất tăm
đèn không hề xanh nữa

tim ta: dòng suối trong
(chỉ mỗi mình em biết)
đêm đêm em khỏa thân
soi mình trong gương biếc

tim ta: thùng rác không
em thồn chi chẳng được
kỷ niệm: xanh dung nhan
việc gì em phải khóc?

bây giờ dòng sông khô
tim vẫn còn ở đó
suối qua đời ơ hờ
ta trở về gỗ, đá.

3-93

sầu ta ngang núi, sông

hình đen đúa về đây
bóng ra điều khinh bạc
buồn chia đều đôi tay
chiều xô nghiêng trái đất

tiếng thở / lăn / dài / đêm
mười chín năm sững, im
mắt đào sâu hốc đá
cây đi tìm trái tim
tháp trong thời tiết, cũ
sông Đáy cùng tiếng than
đại dương lòng ốc nhỏ
sầu ta ngang núi, sông
ngày cong / sần / ngọn gió
phố giậm giựt nổi cơn
điệu kèn khuya ỏn ẻn
bát đá cục tháng, năm
mặc đời, tan thỏa thích

bình minh đục tiếng chim
người khuôn / cùng / bóng tối.

7.93

Hoán vị

1.

chẳng ai nói với tôi
trừ những con đường
trang sách đời tinh khôi
mỗi mùa một bài học buồn, vui rất mới
tình yêu dạy tôi trườn / bò / đứng / đi / chạy / nhảy
đêm tối dạy ngọn đèn / bàn / ghế trống tập hát
bài ngợi ca lãng quên
tình yêu / đường xá / ghế, bàn / ngọn đèn / đêm tối:
hát cho tôi nghe
chúng thấy tôi:
chính là vật lãng, quên lớn nhất.

2.

chẳng ai gọi tên tôi
trừ gió, lá
chó, mèo
chung cư / xa lộ / giày dép / áo quần bẩn...
tình yêu dạy tôi ôm / ấp / cầm / nắm
rồi ấn vào tay tôi
chiếc gậy trắng của người mù
bảo:
- này anh ngốc
hãy lên đường bằng những mông muội của mình
bởi trái tim là gò mộ cuối cùng
(sau gò mộ thai nghén mọc lên từ bụng mẹ)

3.

chẳng ai vuốt ve tôi
trừ hàng cây
lối hẹp dẫn về kiếp mộ
tình yêu dạy tôi ngắm, nhìn
chiếc bóng
âm bản nhân dạng
thẻ lên tầu tốc hành
với vận tốc nhanh hơn ánh sáng

4.

tình yêu bảo tôi
lớp học chiều
chấm dứt

chẳng ai chia tay tôi
trừ chiếc bóng
biệt ly, câm
như tội ác và tính phản bội
di truyền trong em
dạy tôi điều bản thiện.

9-94

người đền ta ngực mẹ

em đã là sớm mai
ta thiết gì chim, hót
đời héo dần trái vui
người vẫn cho quả, ngọt

em đã là nắng, mưa
ta thiết gì vũ trụ
tuổi thơ rẫy, ruồng ta
người bù cho xứ sở

em đã là âm giai
ta thiết gì tiếng hát
sóng xô, dồn xuống vai
thùy dương người rắc hạt

em đã là mùi hương
ta thiết gì trí nhớ
quá khứ: những dòng sông
người lọc, phân quặng mỏ

em đã là không gian
ta thiết gì dưỡng khí
chân rỗ giẫm trái oan
người đền ta ngực mẹ

em đã là trái tim
ta đâu cần thở nữa.

9-94

Mũi Đinh Người Đóng Nốt Xuống Ta, Đi

nắng sơn tiếp mặt đường cây xế, bóng
biển / sâu / chiều lấp nốt phế nang, quên
tâm cường điệu: sinh phần ta: tóc ngắn
gió gia công. khuya mỏi bậc thang, lên

đêm treo tiếp ảnh hình lên vách, trống
ngón tay người treo nốt giác quan: tôi
chăn gối vốn sẵn mầm oan biệt, biệt
áo quần kia đâu biết trả lời!

chim đóng tiếp cây rừng quanh trái đất
mũi đinh người đóng nốt xuống ta, đi
hoa ghim gút những đời hương mật, ẩn
chính môi em gieo hạt / mạ / chia, lìa

quán lây cúm từ em trưa phản trắc
tấm lòng ta thâm thủng tiếng cười
thú thở nốt lá rừng / đen / tiếng hú
chạy. trăm năm. nhịp mõ vẫn neo, người.

12-94

ĐƯỢC MỘT NGÀY NGƯNG GIÓ BÃO, CÙNG T. ĐI NHẬU KÉ VỚI MAI THẢO

cây cân, đong ta trăm mùa
sáng chua thân thế; chiều tù, mù, nghiêng
hồn nghe tàn, phai rơi trên
chông chênh ký ức gập, ghềnh núi, sông

thân xăm xoi sâu hư, không
những con chữ, cũ; ngược đường bay, lui
mưa đi giầy, chia trong, ngoài
bóng đang tháo chạy? ai ngồi đợi, chôn?

buồn cân, đo ta trong gương
chiếc khăn gỡ xuống. tấm lòng máng, lên.

1-95

TÔI NÀO?

cây song sinh hai bên đường
suối, tươi âm cảnh khuôn buồn khung, tôi
rừng trồi / hương / nuôi môi / vui
hạt khuya rụng / đỏ / góc nguôi, lắng, chờ

mưa song sinh sau chia, lìa
chấn thương khí quyển bão vừa xả tang
sông hồi tâm / gương / đen / đêm
long cong ký ức, lền, khên bóng, chiều
tôi Lê. Lê. Lê. Lê nào?

7-90

và, lục bát, và, nguyên sa

chim / chia phần / tôi / thôi bay
nến thơ ấu, lụn: hồn bày biện, riêng
người / chia phần / tôi / nhang, đèn
thắp. xin hò hẹn. xa biền biệt, lui

mây / chia phần / tôi / chân trời
mưa / âm, âm / dội, cây mời mọc, reo
người / chia phần / tôi / tương tư
rịn, tưa cuống lá, trái yêu thương, còn
tim / chia phần / ai / mùi hương?
sáng nay gió đổi… tên đường tôi đi

xe / chia phần / m / quay về
tới ngang chỗ hẹn tôi… thề đứng.yên.

Tình yêu, trang ruột và, bìa sách

tôi sẽ để rất nhiều khoảng trống
giữa hai gạch chéo / slash
trong một câu thơ
thí dụ: …. /…. /…. /…. /
mời những người đọc tôi
hôm nay, ngày mai tham, dự
không phân biệt màu da
chúng ta: đồng tác giả
bài thơ xuất hiện lần đầu
mượn trái tim anh em, bà con để, thở

thi, ca tự thân là những đôi nhiễm sắc thể
như con người
vẫn một trong / hình dung / tốt lành
thượng đế.

tôi sẽ để rất nhiều khoảng trống
giữa hai gạch chéo / slash
trong nhiều câu thơ
thí dụ: .... /.... /.... /.... /
mời những người đọc tôi
hôm nay, ngày mai tham, dự
không phân, biệt tuổi tác, giống tính, màu da,
chúng ta: đồng tác giả
bài thơ xuất hiện lần đầu
mượn trái tim anh em, bà con để, thở

thi, ca tự thân
là vũ trụ tinh khôi
tất cả mọi người đều có quyền
tùy tiện đặt, để núi, sông / cỏ, cây / thiên nhiên / thánh thần /
                                                    ma, quỷ
tùy tiện chọn việc làm / chỗ ở / người thân / cầu tiêu /
                                            chim muôn / dã thú

rừng quá quắt giẫm, ngâm biển muối
sớm mai tro / ngấu / giọt nhớ nhà

tôi sẽ để rất nhiều khoảng trống
giữa hai gạch chéo / slash
thí dụ: …. / …. / …. / …. /
trong bài thơ
mời những người đọc tôi
hôm nay, ngày mai tham, dự
không phân, biệt cội nguồn, xuất xứ
chúng ta: đồng tác giả
bài thơ xuất hiện lần đầu
mượn trái tim anh em, bà con để, thở

thi ca tự thân là giải ngân hà
mỗi chúng ta
một black hole
hố chôn, giấu thẳm sâu, kín đáo nhất
mọi mơ ước, khát vọng tiền bạc / địa vị / tình yêu / quyền lực
thậm chí ẩn ức sinh lý / loạn luân / bệnh hoạn…
không ai có quyền ngăn, cấm quý vị
điền tên tôi. và, những lời nguyền rủa thô, bạo
vào khoảng trống (vừa đủ)
thí dụ: đ.m. du tử lê /

và (vẫn thí dụ)
nên xót thương y /
bởi ai cũng cần có cho mình một bà mẹ

chiếc nhau tôi chôn, xa
buồn hủi, cùi cận gần quá đỗi

tôi sẽ để rất nhiều khoảng trống
giữa hai gạch chéo / slash
trên vách xương, thớ thịt bài thơ
thí dụ: …. /…. /…. /…. /
mời những người đọc tôi
hôm nay, ngày mai tham, dự
không phân, biệt nghề, nghiệp
chúng ta: đồng tác giả
bài thơ xuất hiện lần đầu
mượn trái tim anh em, bà con để, thở

thi ca tự thân
vốn tật nguyền
(mỗi bài thơ một mệnh hệ riêng
lăn xuống triền lở, hẵng)
kẻ dư thừa thịt da
thiếu tấm lòng để hiểu

sống hay chết cũng chỉ là cách nói
điều đáng buồn: - ta có hổ ngươi?

tôi sẽ để rất nhiều khoảng trống
giữa hai gạch chéo / slash
tâm thất trái bài thơ
thí dụ: ..../..../..../..../
mời những người đọc tôi
hôm nay, ngày mai tham, dự
không phân, biệt lý lịch
chúng ta: đồng tác giả
bài thơ xuất hiện lần đầu
mượn trái tim anh em, bà con để, thở

thi, ca tự thân
dị ứng mọi khoanh vùng
chỉ có thơ
hoặc không phải thơ
thi sĩ
hoặc lũ hề
(và đám ruồi bu
nhặng xị phèng la, chiêng, trống)
hãy lánh xa bọn gọt đầu nhổ răng văn học

tôi sẽ để khoảng trống duy nhất
giữa hai gạch chéo / slash
/… /
cho tình yêu ta
(câu thơ không cần viết ra)
chẳng thể có một câu thơ nào
máu huyết / lớn lao / hơn
câu thơ viết ngoài bìa cuốn sách
quê hương
ấp, ủ ta:

trang ruột.

San Jose 1-95

Phác họa 95/3

mở cửa chiều thứ tư
ta nói chuyện với bà con / anh em / chú dì / cha mẹ
những người chết lâu
hay mới chết

mở cửa chiều thứ tư
ta nói chuyện với em
câu chuyện bình thường giữa hai người
yêu nhau
dù cho một trong (hay cả) hai chúng ta
đã chết

mở cửa chiều thứ tư
chiếc hành lang
nối liền mộ cổ

mở cửa chiều thứ tư
công việc của thơ đấy.

7-95

Giống thú lớn hiếm hoi dần, tuyệt chủng

gốc cây hát bài chia tay quen thuộc
nắng gióng hàng nghe lá điểm danh
chiều / chấp chới / đôi mắt gần, cận thị
gió bảo ta: - loài bò sát ươn hèn

đất ôm bụng: cười nhân gian hồ hởi
sống cũng chui mà, chết cũng chui!?!
từng băng đảng tiễn nhau vào tịch mịch
hết thảy điều bỏ lại vẫn ui, ui

không gian mẻ / vết răng tiền sử, lỡ
bình minh / cong /, một tấm gương, lồi?.!
chim kết án sau nhiều ngày hội thảo
- bọn bay ngồi / hôi / những xác hôi!

trưa rách, rớt hình / thơm / muôn giấy kẹo
ta vinh quang thua một tế bào
đừng chắc mẩm. khoan em, - đời sống khác?.!
mỗi tinh trùng một mệnh lãng quên, sâu

con chữ chết còn / phơi / căng / biểu ngữ
đầu điếc căm. tay vẫn múa liên hồi
giống thú lớn hiếm hoi dần, tuyệt chủng?.!
rừng tự thiêu, tránh gặp con người

than, củi gọi ngày, đêm xương, máu, rợn
trí câng câng; tâm gõ, nẩy bong bong
thuở mông muội thiêng liêng từng cổ đá
mỗi tiếng kêu: nóng hổi một linh hồn. (!,)

đời âm, nghiệt nghiến ta thành vẩy, mún
nổi vật vờ trên mặt váng hư vô
đất thân ái chỉ ta về ngõ bạn
chúng ta còn dăm đứa: rán tri hô

quay chậm mấy vẫn vòng quay kiệt, kiệt
chẻ bóng mình; lục lạo ấu thơ
sông ở mắt. núi dựng, lền tim, óc
biển nơi chân: khốn nỗi thủy triều

mưa bí mật dắt ta về thánh địa
chỉ góc hầm, mái dột, miếng sân, trơn
bàn ái ngại bảo ta ngồi xuống ghế

trang sách bầm dập, xóa, bôi em
thắp nến thả / đêm. trôi ngoài vũ trụ
nhìn xuống ta: ta mốc tịch liêu, son.

Sept., 1995

chú thích

sông chú thích: núi nghìn năm góa bụa
trái đất tròn thâu nhỏ những vòng vây
củi, than người nỏ, bến lửa chia tay
chiều chú thích: đời ai không hữu hạn?

mẹ chú thích: mai này em xuất hiện
những bàn tay khô héo gọi mưa về
nắng phân trần vai lá đợi sông, đi
môi chú thích: những điều khôn nói hết

gỗ chú thích: bao cánh rừng mất tích
thú tuyệt dòng: hoang, rợn lớn dâng lên
suối tân kỳ? treo cổ cả thiên nhiên
đêm chú thích: em / miếng trời / sót lại

cây chú thích: nhân gian rừng nấm, dại
khom lưng tìm vô hạn giữa trăm năm
những con đường nhăn, nếp xếp vuông khăn
đã footnote mối sầu ta đốn mạt.

5-94

THƠ Ở NHỮNG NƠI, NHỮNG NGƯỜI VÀ, NHỮNG THÁNG MƯỜI MỘT

bình minh phóng tay rót tiếng chim lênh láng căn phòng
mặt trời nghiêng bầu rót sóng sánh mật ong lên ghế
người rót hậu hĩ sinh nhật tôi
biệt, ly
bậm trợn

mùa đông phóng tay rót lửa xuống mặt đường
mỗi chúng ta tự rót đầy linh hồn mình
nhầy nhụa
năm, tháng

đêm tối phóng tay rót bình sương muối ắp, đầy mọi
                                           ngả đường
thân thể ngày săn, khô
người rót hoan hỉ rừng quạnh hiu tôi
im lặng, tím
bầm, thâm nổi bặt, bặt

những ngọn nến tìm nhau phóng tay rót dòng lệ xót
                              xuống môi tulip
mỗi chúng ta tự rót đầy xa vắng mình
kỷ niệm / tiếng nói / vòng ôm / ngực trần / căn phòng /
            giáo đường và những lời nguyện, đuối

kẻ chứng gian cho tình yêu ta bảo:
- chân lý thuộc về miền nín lặng, gió
bên cạnh lãng quên, nâu
bông hoa vàng nở xong
mất tích

chẳng ai trong chúng ta
rót đầy được khoảng trống bụng mẹ

chỗ mẹ mang thai anh
(chứng tích hoan lạc, hiếm)
chỗ mẹ nâng niu / giấu kín / em
(vùng hạnh phúc rôm rả những xấu hổ đen và,
                              nguyền rủa trắng)

tháng mười một
(của những niên lịch không có tháng mười ba)
các bà mẹ xé, banh thịt da
cho những mầm non hân hoan / bất hạnh /
lớn

tháng mười một
nỗi buồn xám ngọ, nguậy
những đời sâu vịn lá mùa đông đứng lên
kịp khi đôi chân biết đi
đã chạy trũng / xuôi / chiều bất định.

hai con số mười một
hai đường song song
hai nỗi tình cờ
có chung lời:
-vĩnh biệt

(20-11-94)

chỗ ngồi đâu lưng

tôi yêu tôi: trong tôi / người /
chuyến xe song mã. chỗ ngồi: đâu lưng. (?!)
tôi yêu tôi: trong tôi / nguồn /
vai nghiêng mái biển / chân / lần, khân / chia /
tôi yêu tôi: trong tôi / về /
tới ngang khúc quẹo tâm lìa, biệt. đi (,.)
tôi yêu tôi: trong tôi / quỳ /
dưới chân Đức Phật em vừa / quy y? /.

1996

Chỉ Như
Mặt Khác Tấm Gương Soi
Xb. 1997

du tử lê

chỉ như mặt khác
tấm gương soi
reflection
in the looking glass

Painting by Hồ Thành Đức

tủ sách văn học nhân chứng
xuất bản lần thứ nhất / 1997

game màu chính của thế kỷ 21

người ta nói với tôi
linh hồn
không có màu đen / vàng / trắng /
hoặc, mix.

họ nhãng quên rằng
trước khi nói,
chính họ trước nhất
đã phân biệt:
trắng /vàng /đen /
hoặc, mix.

thư gửi tác giả The Color Purple*

1.
đừng rầu rĩ quá thế chứ / Alice /
dù không có ngôn ngữ riêng
(dẫu đen)
bề gì cô cũng còn
tiếng hát
những âm thanh kim cương đen ngắt ấy.

2.
đừng rầu rĩ quá thế chứ / Alice /
dù không có ngôn ngữ riêng
bề gì cô cũng còn
thể thao
(dẫu đen)
vẫn là tốc độ / chiều cao / mức xa / banh đủ loại /
và, cú đấm... vàng khối.

3.
đừng rầu rĩ quá thế chứ / Alice /
dù không có ngôn ngữ riêng
(dẫu đen)
trên tất cả
cô vẫn còn nhạc jazz
niềm hãnh diện nhọc nhằn nuốt xuống của nước Mỹ.

4.
chẳng hơn
có ngôn ngữ riêng như tôi
để làm gì
một khi nói ra
chính cô cũng còn không hiểu.

(9-Jan., 97)

───────────────

(*) Nhất Chi Vũ soạn thành ca khúc.

Khi trở về tôi sẽ hóa E.T.

mây kiệt sức kéo chiều lên đỉnh núi
mặt trời rơi, hẫng, nhớ nhung / đen /
cát xúc động xô sông về / mắt / cuối /
sóng lênh đênh / oải / muộn / lãng quên, quen.

dẫu điểm đứng chỗ nào trong vũ trụ
em cách gì một lúc ở hai nơi!?!
chỉ tôi biết tôi vô cùng loãng, nhẹ
sống phân thân từng miếng / mụn / hơi / mùi.

búp nghi hoặc có chăng đời lá chết?
hoa nào tin quả đắng đến không ngờ!
sớm mai hực / em / hừng đông / thảm, thiết
tay đui, mù, ngón, ngón / thở / khe sâu.

dẫu điểm đứng chỗ nào trên mặt đất
cũng không hề nam, bắc, gặp tây, đông
người sao Hỏa, tôi tìm tôi sao Mộc
bao phi thuyền thất lạc giữa hư, không.

ngoài khí quyển: con người không phái tính?
họ thai sinh từ những giấc mơ.
tôi may mắn được nằm trong bụng mẹ
và hậu thân trở lại bụng em / chờ /

mây kiệt sức kéo tôi lên đỉnh núi
tuột tay rơi: xương, thịt nát theo chiều
chưa ai rủ tôi đi mà đã hiểu
khi trở về tôi sẽ hóa E.T.*

1996.

---

* Extra Terrestrial, Steven Spielberg's film.

Ai Di Truyền Gene Nhớ Ấy Cho Ta

và, chiếc lá trả xanh về cho đất
ta trả ta về thơ ấu đêm / em
hồn đơn chiếc / búp đau / mà chẳng thể
tự bào phân (như Thượng Đế khi buồn!)

và, vũ trụ trả sương về mắt tối
ta trả ta về hạt lệ em / rơi
vai nào cũng giăng ngang lời khấn, dối
chỉ riêng ta tự biết: - đủ rồi.

và, tay biển trả sông về trán suối
ta trả ta về nơi khởi sự tình yêu.
giếng tinh khiết (tưởng nguồn thiêng bất tận)
đã thịt, xương hữu hạn: chia, lìa!

và, ký ức trả thơm về ngọn nhớ
ta trả ta về chỗ kín, em / nâu
ngay tự thuở thiên đàng chưa tiếng khóc
ai di truyền gene nhớ ấy cho ta?

và, buổi sáng chia chỗ ngồi với kiến
kiến ăn nham nhở nốt nửa thiên đàng
sâu / tiền kiếp / con chim nào hót thảm?
khiến nay ta lem luốc cả linh hồn.

8-96.

NHỮNG ĐIỀU KHÔNG NGƯỜI NÀO (DÙ CAO HỨNG) CÓ THỂ TẶNG CHO TÔI

người đàn ông trung niên, da trắng
đứng ngã tư đường Westminster và Magnolia
hờ hững ôm miếng cạc tông ấp vào ngực
trên miếng giấy viết nguệch ngoạc mấy chữ,
không cần văn phạm
"I'm Vietnamese veteran
No job. Need help"
tôi dừng xe / hân hoan / biếu ông đồng dollar cuối cùng /
sót lại /

không hề là một tay chơi hào phóng
chẳng qua tôi nghĩ
có giữ lại đồng bạc kia thì cũng chẳng làm được việc gì
bởi ngoài dollars
tôi cần nhiều thứ khác
những điều không ai (dù cao hứng) có thể tặng cho tôi
tỷ như…?
- quê hương và, tổ quốc.

(1.97)

điều duy nhất cuối đời / em nên biết /

1.
khi em tới, băng ghế này đã có người ngồi.
phố thay da và, cây áo mới.
dù rất muốn, những con chim bồ câu già, lười chảy thây
cũng chẳng thể nói gì với em
về kỷ niệm sót, rớt của đôi ta
hạnh phúc: những cọng rác chứng gian, mục trong tổ ấm hoác.

chỉ riêng trái tim ta còn băng ghế trống.
em có thể trở lại bất cứ lúc nào
điều duy nhất /cuối đời /em nên biết /

2.
khi em tới, ngôi quán kia đã treo bảng closed
sorry we're closed.
vĩnh viễn closed.
nghe đâu vợ chồng chủ nhân ly dị
những món ăn hợp với khẩu vị và, sự kiêng khem của em
(thí dụ: ít đường, muối và, mỡ…)
đã theo họ (mỗi người) về một nơi chốn khác.
dù rất muốn, đám bàn, ghế thất nghiệp
cũng không thể kể cho em nghe
những lần một mình anh tìm đến.

chỉ riêng trái tim ta
có ngôi quán
mở cho những người có khẩu vị và, sự kiêng khem như em
(thí dụ: ít đường, muối và, mỡ…)
chẳng bao giờ đóng cửa.
em có thể trở lại bất cứ lúc nào
điều duy nhất / cuối đời / em nên biết /

3
khi em tới, ngôi nhà kia đã có chủ mới.
viên gạch rêu dưới vòi nước rỉ còn đấy.
chỉ những con dế cư ngụ nơi hàng rào xi măng bị bệnh
                                                đậu mùa
(ca hát suốt bao nhiêu mùa hè của tình yêu ta!)
là không còn!
chúng đã chết.
dường chỉ ít ngày
trước khi con mèo tam thể của ông bà Smith
hàng xóm ta
bị tai biến mạch máu não.
(ngay giờ lan treo dưới mái hiên xám
cũng còn không sống nổi giữa đợi, chờ bặt, bặt
nói chi tình yêu!)

chỉ riêng trái tim ta
còn nguyên ngôi nhà, xưa.
còn nguyên mưa, nắng, cũ.
chẳng một ổ khóa nào bị thay
dù thời gian có thể đã rỉ cứt sắt trong chúng.
em có thể trở lại bất cứ lúc nào
điều duy nhất / cuối đời / em nên biết.

4
khi em tới thành phố này đã đổi thay nhiều quá.
em có thể đi lạc.
em có thể không tìm ra cái ngã ba, ngã tư
(nơi chúng ta giận nhau / hôn nhau / rủa nhau / đánh nhau…
                                   và khóc…/)
dù rất muốn, nhưng không một ai đủ kiên nhẫn nán chờ
để kể em nghe
chuyện một người (rất giống anh)
đã sống thêm nhiều năm ở đây.
nhưng, tiếc thay
chính ông ta lại là người bỏ đi… trước nhất!

chỉ với riêng trái tim ta:
thành phố không bao giờ thay đổi
(nên chẳng ai bị đi… lạc bao giờ!)
em có thể yên tâm trở lại lúc nào em thích
điều duy nhất / cuối đời / em nên biết /

5
khi em tới
bất cứ nơi nào,
nhớ cất trong sắc tay
hay trong túi đeo vai
những chiếc khăn giấy rút ra từ hộp tình yêu ta
bất hạnh.

điều duy nhất / cuối đời / em nên nhớ /
giống như ta? chẳng có được bao người!?!!

6.96.

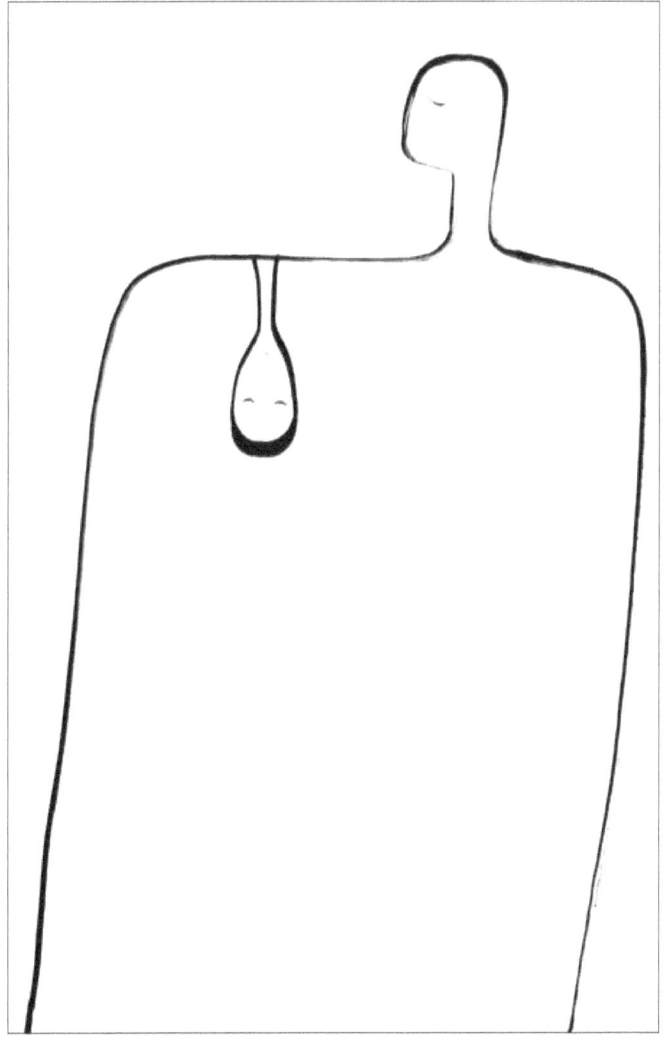

Phụ bản - Lê Thiết Cương

Hoa Nào Tin
Quả Đắng Đến Không Ngờ
Xb. 1999

du tử lê

flowers can't believe fruits would grow that bitter!
hoa nào tin quả đắng đến không ngờ!

bản dịch anh ngữ, Như Hạnh
tủ sách văn học Nhân Chứng

(và,) nhân gian nào phải chốn đi, về

chúng ta đã chia, ly từ vú mẹ
tập xa nhau thuở chập chững chân, đi
chúng ta biết thịt, xương này hữu hạn
(và,) nhân gian nào phải chốn đi, về.

1996

Thơ Từ Notebook Tháng 11-97
(hay những cơn giẫy nẩy cuối cùng của hy vọng)

mỗi mùa
những cây phong tự chuốc lấy cho nó
biết bao thùng rượu hổ phách
những cây magnolia cũng tự trang điểm cho mình
rất nhiều chiếc ly
(tráng men sứ trắng)
treo ngược

trong khi đôi ta
(cũng mỗi mùa)
lại tự làm đầy trái tim mình
bằng những cơn giẫy nẩy cuối cùng
của hy vọng
giữa thời gian chết dẫm.

Giả thuyết vỏ ốc

đá nứt nẻ cười đám đông cục súc
điều chỉnh ta: vết rạn địa cầu
đêm chôn sống mọi giấc mơ cựa quậy
chôn luôn ta
vỏ ốc: khảm chia, lìa.

Đêm, thuộc da trong lò nhuộm tâm, thần

giếng tinh khiết tưởng trần gian bất tận
nhúng trăm năm vào dung dịch tai ương
chim nhếch nhác bào phân chiều biệt, biệt
đêm, thuộc da trong lò nhuộm tâm, thần.

Đầu tư cổ phần

chiều đầu tư thêm cho đêm
vỗ yên trí tưởng buồn nguyên / bản / rừng
chia lời theo từng cổ phần
tôi / cam / lãi xuất /giảm / gần hụt hơi

đêm đầu tư thêm cho ngày
sáng huy hoắc lá. cây lòng dạ chim
phi thuyền xuôi về hỏa tinh
khuya / tôi / sao mộc, người tình E.T.

những ngày ở Garden Grove, chờ bão El Nino

bình minh tự treo, móc mình trên những cánh quạ đen
tôi gửi cái nhắn tin tìm tôi
ngược chiều ánh sáng
trong khi em trụi lũi kỷ niệm
mượn tương lai nơi buồng trứng kẻ nào,
để nhớ

đó là lúc những con chim hoàng anh
nín thinh / chuẩn bị / giờ rửa tội
cho những hạt kê / hớn hở /
trưa đóng đinh những đám mây rộp nước lên nền trời bị
                                    bệnh liệt kháng
tôi ngâm chiếc bóng mình trong vụng nước quê xưa
trong khi em quần thảo với / quá khứ /
(hơn một lần em hãnh diện / sung sướng / phát điên)

đó là lúc những hạt mưa lén đem nỗi muộn phiền của
                                    tình yêu đôi ta
rắc khắp cùng ký ức nó.

chiều móc hoàng hôn trên những cành cây xa
tôi treo nỗi nhớ nhà lên vách
trong khi em treo bộ quần áo thay ra trong nhà tắm
bước vào / đêm /
đóng đinh trần truồng / hiu quạnh /
ngực em
thõng
luôn cả
- dưới ấy

đó là lúc gió quờ quạng kiếm tìm một chỗ để treo
linh hồn rét mướt của nó

thì ra, không chỉ em và, tôi
ngay thời gian / chim muông / mây, gió /... /
cũng cần một nơi
để treo / móc /
những đồ lỉnh kỉnh
đời chúng,
1997

triết lý tạm dung

cũng tốt thôi! - niềm vui
là nỗi buồn tọng ngược
cũng tốt thôi! - mất, được
là tọng ngược: buồn, vui

Giữa vô và hữu hạn

tóc tìm tóc bao năm
trên nhành vai thân, thiết.
vai tìm vai bao năm
đâu rồi sợi tóc biếc?

1998

riêng em biết: tôi chưa hề có tuổi / khi yêu người tôi mới lớn, cao hung

riêng em biết: tôi, đêm và quá khứ
đã chia thành trận tuyến mỉa mai nhau
biển ký ức lồi, cong: người cận ảnh
lá / hình dung / cây /: - chỗ kín nào?

riêng em biết: linh hồn tôi khẩm nước
thuyền / thịt xương không chở hết chiều / bầm /
môi chối nhận những điều tim khẩn khoản
gió ê chề rượt đuổi giữa thinh không

riêng em biết thời gian bôi kỷ niệm
như ngôi mồ xóa bỏ thủy chung, quen
những vắng mặt đôi khi đầy ý nghĩa
người ở xa! - cho thấy chỉ tôi gần

riêng em biết: ngực nhức, rêm dấu hỏi
lá reo vui trên từng luống mưa, mừng
người đứng lại: nghiêng vai, mời bóng tối
đôi bàn tay chùi sạch ái ân, buồn

riêng em biết: tôi chưa hề có tuổi
khi yêu người tôi mới lớn cao hung
núi mở mắt nghe dòng sông vỡ tiếng
tôi già nua từ thuở nhớ nhung, đen

riêng em biết: nhân gian là khoảng cách
mỗi con người chọn một thước đo riêng
cộng với bóng / tôi / đo từng ý niệm
biệt ly kia, em ạ, vốn di truyền.

Những sự thật bị bỏ quên

lá rụng nuôi mùa đông
cơm nắng nuôi mùa hạ
máu tôi nuôi dòng sông
chờ ngày em trổ mạ.

1997.

Thơ của nnhững người rất ít khi ngẩng đầu

1.

chỉ những bông loa kèn cổ cao
hiểu được hạt mưa nói gì với lá
và may mắn / bất hạnh / thay
cũng chỉ tôi hiểu
từng tấc thịt da em
dấy bão
trong khi tôi, con dế tật nguyền
không đủ sức đẩy, lăn vết thương, đi tới.

2.

chỉ những bông poppy thấp tè
hiểu được hạt sương nói gì với đám sâu đất
và may mắn / bất hạnh / thay
cũng chỉ tôi hiểu
nỗi buồn em
những lần thầm kín chảy
trong khi tôi
không chuyển dịch nổi
ngôn ngữ của những ngón tay mình
trên thịt da em ổ mối!

3.

chỉ chó, mèo, chim, cá và, sâu đất
hiểu bầy quạ muốn nói gì
và may mắn / bất hạnh / thay
cũng chỉ những sợi tóc tôi
hiểu ngôn ngữ / sắc màu / thời gian
trên mái đầu rất ít khi ngẩng lên
một đời ty nạn
dạt, trôi
là tôi
sắp cạn.

1997

hãy tiếp tục nguyền rủa chiếc bóng

khi những con hải âu xếp hàng
vào khoảng trời xanh bằng những chiếc mỏ vàng của chúng
tôi hiểu
cuối cùng
rồi vết thương đôi ta cũng sẽ có ngày khép miệng
như chính những nấm mồ
làm dịu trận cười khoái trá của thần chết
và đôi khi
tử thần cũng mánh mung
để có một bữa nhậu tới bến…
chúng ta cũng không thể mãi nói về một tử thi
như không ai có thể mãi nguyền rủa
chiếc bóng

hãy để những người đàn bà chưa một lần sanh nở
biết được thế nào là sanh nở
hãy để những đứa trẻ
thiếu cả mẹ lẫn cha
lớn lên
sẽ tin cậy sự dịu dàng từ nơi bàn tay kẻ khác

hãy để những người chưa một lần làm thơ
biết được thế nào là phí phạm cần thiết / của
hão huyền
(và,) cho tôi, cuối đời
biết được
thế nào là một vòng ôm đẫy, no
(thân thể em / giấc mơ / lời nói mớ /)
cùng tiếng ngáy em
mặc sức
rụng đẩy tôi
trí nhớ.

1998

mỗi người cũng như một giỏ hoa

ta sớm biết vườn địa đàng tuổi nhỏ
giữa sân trường: kỷ niệm lén… soi gương /
người xuất hiện / dậy tôi bài học mới
bài: bâng khuâng cũng mang theo mùi hương

ta sớm biết những hành lang rất cũ
mà chân ai như mới chạm lần đầu
người xuất hiện dạy tôi bài học mới
bài: đợi chờ dài như một trận… đau

ta sớm biết có nỗi buồn đến… ngọt
như những ngày nắng ấm rất… căm căm
người xuất hiện dạy tôi bài học mới
bài: yêu người như yêu cây cà-rem

ta sớm biết tâm hồn như cửa biển
sóng quanh năm nở bọt gọi, mời
người xuất hiện dạy tôi bài học mới
bài: dã tràng giống… ai mà hổ ngươi

ta sớm biết đôi khi mình cũng… điệu
(một chút thôi! ai nỡ quở bao giờ)
người xuất hiện dạy tôi bài học mới
bài: hân hoan đỏ… mặt theo quả… dâu

ta sớm biết đường xa mà rất ngắn
mỗi khi niềm hớn hở dắt… ta đi
người xuất hiện dạy tôi bài học mới
bài: ngập ngừng nhón gót lúc… chia ly

ta sớm biết đôi mắt còn biết… nhớ
buổi chiều ưa treo nắng, gió lên cây
người xuất hiện dạy tôi bài học mới
bài: đêm về nghe hồn… trôi trên tay

ta sớm biết những con đường rất ngắn
giấc mơ dài mang tưởng tượng đi xa
người xuất hiện dạy tôi bài học mới
bài: môi người cũng như một… giỏ hoa.

ta sớm biết thời gian như thước gẫy
kẻ sao ngay đường thẳng đến… êm đềm
người xuất hiện dạy tôi bài học mới
bài: thấy mình như vật ai bỏ,… quên!?!

1998

Nơi cất giấu an toàn nhất

nhớ lời Chúa dặn:
"chớ để của cải ở nơi nó sẽ hư hoại!"
tôi tìm ra một chỗ rất an toàn:
- mái tóc em
để cất giấu tình yêu tôi mưa, nắng cong, vênh
dù cho thời gian có làm nó bạc đi chút ít,
hoặc đôi lần cầm cố, sang tay.

nhớ lời Chúa dặn:
"chớ để của cải ở nơi nó sẽ hư hoại!"
tôi tìm ra một chỗ rất an toàn:
- trái tim em
để cất giấu tài sản tôi / khập khiễng / một đời tom góp
dù cho trái tim kia
đôi lần bị mất cắp
(và,) đôi lần khác
hạ giá - on sale.

nhớ lời Chúa dặn:
"chớ để của cải ở nơi nó sẽ hư hoại!"
tôi tìm ra một chỗ rất an toàn:
- nụ cười em
để cất giấu cảnh đời tôi lở, lói
dù cho rất thường khi
lẩn, tan trong tiếng cười
lại là những lở, lói khác!

không sao! chớ cứng lòng
tất cả những nơi cất giấu nọ
(ngay linh hồn tôi)
lại được cất giấu an toàn:
- trong bàn tay Thượng Đế.

hình dung một quyển sách khác

không ai hiểu thịt, da tôi bìa sách
bọc, bao ngoài quá đỗi thực, hư: riêng.
không ai hiểu linh hồn tôi mướt, sạch
mọc lên từ một cội rất linh thiêng.
1998

LỜI XIN LỖI, ĐỒNG THỜI CẢM ƠN CỦA CỤC ĐẤT SÉT, KHÁC

bây giờ, sau vài năm ta không gặp nhau
có thể em đã lấy chồng:
tôi mong thế.
trở thành kẻ khác
hạnh phúc hay đau khổ?
(cứ cho là cả hai)
tôi cũng chẳng thấy điều gì đáng nói
chí ít
người đàn ông kia cũng mang lại cho em sự dầy vò
(nhạt nhẽo?!?)
chỉ xin nhắc nhở em
hãy quên,
hãy đoạn tuyệt,

vĩnh biệt sớm biển cả.
nếu em không thể hãnh diện
về dấu vết tội ác nhân loại
đã để lại trên thân thể / trong tâm hồn / em
(như tôi đã để lại
trên thân thể / trong tâm hồn / em
những đường nhăn hai mặt)

bây giờ, sau vài năm chúng ta không gặp nhau
có thể em đã lấy chồng;
tôi mong thế.
có thể người đàn ông mang tên Bob, tên Sam, tên Jack
có thể người đàn ông mang tên Wang, tên Hwa, tên Lee,
                                                tên Kim,
có thể người đàn ông mang tên Hùng, tên Dũng,
tên Vinh, tên Giầu, tên Có
ngay khi người đàn ông đó, có trùng tên với tôi,
tôi cũng chẳng thấy điều gì đáng nói
chỉ xin nhắc nhở em
hãy quên
hãy đoạn tuyệt,

vĩnh biệt sớm biển cả.

người đàn ông mới nào
cũng nhìn, ngắm thân thể em
như bức tranh chờ được khám phá và, hoàn tất
dù cho dưới bụng em
đầy vết nứt
(và chính tôi
cũng góp phần tạo nên ít, nhiều vết đó!)

bây giờ, sau vài năm chúng ta không gặp nhau
có thể em đã lấy chồng
tôi mong thế,
(và,) tôi biết em được Thượng Đế hà hơi
sống lại,
bước ra từ cục đất sét.

em hãy nhận, hôm nay, ở đây
lời xin lỗi, lòng biết ơn
dẫu muộn
của cục đất sét, khác.

8-98.

Một Nửa Đêm Nào / Năm 2000 +

trước khi trốn biệt
những tia chớp hấp tấp vá, khâu bầu trời
bằng kim, chỉ ánh sáng của chúng
đâu cần biết:
hàng cây hốt hoảng /

em nín khóc /
những điều tôi giữ kín / như chiếc thai hoang
trong bụng người con gái nhẹ dạ /
tôi nào biết mình phải làm gì?

(giả dụ) được báo tin
trước khi chiếc bào thai bị giết chết
bởi người mẹ nhẹ dạ một lần, nữa
(và) tôi tin
(lạy Chúa!!!)
ngay hồi chuông dự báo thánh lễ nửa đêm
cũng sẽ chẳng biết phải làm gì
khác hơn
run rẩy?!.

12-97 /11-98

tôi ngoại tình: sinh nở một tôi, riêng

dậy thì / lá / trên cành sương góa bụa
hoa ngoại tình: sinh, nở hạt cây thơm
chim ngậm lấy. dấu đi. làm vốn liếng
tôi ngoại tình:
- sinh, nở một tôi, riêng.

7-97 - 9- 98

Trường Khúc
Mẹ Về Biển Đông

in lần thứ hai - 2002

TRANSLATED INTO ENGLISH by thiên nhất phương & trần lệ khanh

MẸ

TRIBUTES TO MOTHER ON HER WAY HOME VIA PACIFIC OCEAN

VỀ BIỂN ĐÔNG/ TRƯỜNG KHÚC

DU TỬ LÊ

ht productions

ngoại tập: CD Mẹ về biển Đông - Du Tử Lê Đọc

KHÚC THỨ HAI:
NHỮNG CÁNH CỬA SỔ, HỒI CHUÔNG VÀ BUỔI SÁNG

trí nhớ tôi là ngôi nhà nằm ven sông Đáy
ngôi nhà có rất nhiều cửa sổ
có cánh cửa ngó xuống nỗi lầm than mấy đời chạy giặc
những ngôi mộ xới nhanh
giấu xác người chết trẻ
xác chị, xác anh
Nho Quan mồng ba Tết
những viên đạn lửa không hận thù
những viên đạn lửa khoái trá
tôi chắc người xạ thủ Tây đen, Tây trắng nào đấy
hẳn sằng sặc cười
lúc thấy viên đạn lửa của họ xuyên suốt thân thể anh tôi
lồ lộ bên bờ ruộng.

nửa đêm
người đem tin
đập gấp rút cả đôi cánh cửa gỗ lim
tiếng thình thịch nện, dội những bộ ngực thoi thóp vùng Tề
mẹ tôi xé chiếc áo dài trắng
quấn lên đầu chúng tôi
chính bà, cũng không quên, chít lấy cho mình
mảnh tang mới
hay khúc lòng bà đứt đoạn, rói, tươi?

mai tôi chết, ai cười? ai khóc rống?
ai đêm nay, tắm gội bến sông này?

trí nhớ tôi là ngôi nhà nằm ven sông Đáy
ngôi nhà có rất nhiều cửa sổ
có cánh cửa ngó xuống tám mươi lăm năm làm người u ám
tám mươi năm lầm than, nín lặng
tám mươi lăm năm họa biếm
nửa đêm tỉnh dậy
đôi mắt góa bụa mẹ tôi không ngấn lệ

trí nhớ tôi có cánh cửa
ngó xuống ngôi nhà tôi đã ở
ngôi nhà ngày một vắng đi những đứa con
ngôi nhà tản cư trở về từ Do Lễ
như miếng thịt trâu thui chỗ đen chỗ xỉn
mẹ tôi ngồi xổm, xoa mãi đôi bàn tay gân xanh
trên xác những con chó bị bắn chết
những con chó hằng vẫy đuôi mừng rỡ mỗi khi bà trở về
chẳng rõ tự trời nào?
(như chúng, tôi cũng chẳng biết)
những con chó có số tuổi lớn hơn tuổi tôi,
cách chi không mừng
khi nhân số gia đình mỗi ngày mỗi giảm
kẻ đi theo Thầy tôi
về bên kia thế giới
đứa đi theo kháng chiến
đứa trở lại Hà Nội
đứa đi Yên Mô, Việt Trì
không ngày về
lúc mẹ tôi còn quá trẻ
và phép lạ chưa từng xảy ra cho gia đình chúng tôi.

trí nhớ tôi là ngôi nhà nằm ven sông Đáy
ngôi nhà có rất nhiều cửa sổ
có cánh cửa sổ ngó xuống bước chân ngược xuôi của mẹ tôi
trên lộ trình Hà Nội - Phủ Lý
những đoạn đường bị đắp mô
những đêm bạn hàng phải ngủ trọ
tiếng mọc chê câu vào từng hố mắt đêm đen
tiếng nổ các bùm bắn đi niềm tang chế
mẹ tôi bưng mặt
khấn nguyện vong linh thầy tôi
phù hộ cho bà sống
để trở về
nuôi những đứa con côi cút
những đứa con không cha
những đứa con mất anh, mất chị

trí nhớ tôi có nhiều cánh cửa
ngó xuống buổi cơm chiều
bữa cơm có cút rượu trắng
cái cốc sành
mẹ tôi vừa uống vừa kể chuyện ngày... xưa
ngày xưa của bà, ngày thầy tôi chưa mất
bữa cơm nào cũng chấm dứt bằng nước mắt
khi ấy tôi còn quá nhỏ
để hiểu mẹ tôi khóc
vì:
xót thương cảnh côi cút của chúng tôi
nhớ thương chồng
hay công việc làm ăn lỗ lã?

trí nhớ tôi là căn nhà nằm trên đường Phúc Kiến
căn nhà có rất nhiều cửa sổ
có chiếc ngó xuống nỗi bịn rịn của mẹ tôi
khi bà buộc phải gửi chị em chúng tôi ở lại.
đó là lúc chiến tranh đã quay gót trở lại quê tôi
sông Đáy mỗi sớm mai
đã nhiều thêm xác trôi
có xác Ta, trôi gần xác Tây,
có người ta làm gan vớt lên
chôn giùm lấy phước.
bữa cơm nào của gia đình tôi
cũng thoảng mùi thây rữa
trước khi gửi chị em chúng tôi lên Hà Nội
ở với người con dâu khăn tang còn quấn quanh đầu mướt trẻ
mẹ tôi dẹp bớt bàn thờ
bà bảo bầy nhiều bàn thờ mà không khói nhang
chỉ thêm tội vong linh người quá cố
từ đó chỉ còn mẹ tôi và u già
giữa ba bốn dẫy nhà mênh mông, sụp đổ
những dẫy nhà chỉ còn sự vào, ra bóng hình kẻ chết.
nếu không có chúng tôi
chắc mẹ tôi cũng đã trở thành một trong những bóng ma
dật dờ đi lại...

trí nhớ tôi là căn nhà đầu phố Huế
căn nhà có rất nhiều cửa sổ
có cánh cửa ngó xuống những giọt lệ tức tưởi, lõng bõng
                                                               rơi ướt
lòng mẹ tôi
lúc bà kể một người đàn ông ngỏ ý muốn cưới bà làm vợ
mẹ tôi nghĩ
dễ chẳng có sỉ nhục nào lớn lao hơn dành cho vong linh
                                                        thầy tôi nơi chín suối
từ đó
mẹ tôi cố tình làm cho mình tiều tụy hơn
quanh năm quần thâm đen, áo vá
vấn tóc, chụp khăn
(chít hình mỏ quạ)
mẹ tôi lụp xụp, đôi mắt lụp xụp...
trước bàn thờ chồng con
bà thấy như thể mình thêm có lỗi
không chỉ với chúng tôi
mà luôn người vắng mặt!
những đêm mùa đông Hà Nội
mẹ tôi đốt lò than
gấp đôi tấm chăn bông
đắp hết cho tôi
bà ru tôi ngủ bằng giọng kể thì thầm
(tiếng ru buồn của một người đàn bà Việt Nam góa bụa)
nhiều khi sực tỉnh
tôi còn nghe bà ru
như ru nỗi lầm than của chính đời bà ghẻ, lạnh.

trí nhớ tôi là căn nhà ở đường Triệu Việt Vương
căn nhà có rất nhiều cửa sổ
có cánh cửa ngó xuống những sợi tóc mẹ tôi bạc trắng
những sợi tóc rớt trên những quả trứng luộc (đã bóc)
những quả trứng luộc mang xuống từ các bàn thờ
những ngày giỗ chồng
những ngày giỗ con
những quả trứng luộc lạnh tanh
không hiểu vì sao tôi rất thích ăn
bao giờ bà cũng để dành cho tôi
cùng tàn hương và mùi nhang khói.

trí nhớ tôi mở những cánh cửa ngó xuống mâm cơm
có miếng giò, miếng chả
có miếng thịt heo, có miếng thịt vịt
những miếng ngon mẹ tôi dùng đũa cời lên
cho con cái gắp trước
phần bà, luôn giành lấy miếng xương, miếng xấu
phần bà, luôn giành lấy đĩa dưa, đĩa cà, đĩa rau...
những món ăn không đứa con nào muốn đụng đũa

trí nhớ tôi mở những cánh cửa ngó xuống đêm thâu
những đêm Hà Nội, mùa hè, sốt nóng
gió Lào liếm ngọt những chiếc mùng cản muỗi
nhiều khuya tỉnh dậy
tôi thấy mẹ tôi vẫn quạt đều
chiếc quạt nan không hề ngừng lại
tựa điều cần thiết với bà
không phải là chợp mắt giây lát
mà đứa con út của bà ngủ có ngon không?

trí nhớ tôi có những cánh cửa mở vào căn phòng
trên phản gụ mẹ tôi rũ rượi, khóc
lúc các anh, chị tôi hỗn xược với bà
suốt mấy chục năm có mẹ
chưa bao giờ tôi nghe
một nhiếc mắng nào từ nơi mẹ dành cho con cái
chẳng một lời nào khác hơn
sự tủi thân làm chảy những giọt lệ xát muối
mẹ tôi chỉ biết khóc
và kêu gào thầy tôi trở về
chứng giám sự bất mục bất hiếu của chúng tôi
tôi nhớ không ít lần mẹ tôi quơ vội chiếc nón lá
chụp lên đầu. Bưng mặt. Tức tưởi bỏ nhà ra đi
vì lũ con hư đốn.
những lần núp sau cánh cửa
tôi nhìn, khóc theo và oán hận mọi người
oán hận hết thảy!

trí nhớ tôi là căn phòng ở đường Cát Dài, Hải Phòng
căn nhà có rất nhiều cửa sổ
có cánh cửa ngó xuống buổi sáng
buổi sáng mẹ tôi nhất định không chịu vào Nam
bà không thể bỏ mặc mồ mả chồng con hoang, lạnh
đã xuống tới Hải Phòng, mẹ tôi còn rẫy rụa đòi về
có thể với bà
đời sống đã chẳng còn điều gì đáng kể hơn mồ mả
phải chăng mồ mả chồng, con
đã nối mẹ tôi vào đời sống?
cuối cùng rồi bà cũng phải leo lên chiếc xe jeep nhà binh
                                        chạy thốc bến tàu
khi bà thấy chúng tôi, đồng loạt, khóc rống.
anh tôi hứa nhiều lắm ba năm
sau tổng tuyển cử
anh sẽ đưa bà trở về
với mồ mả.
ba năm, chớp mắt đã trở thành hai mươi năm dạt trôi,
                                                    mất dấu
không ai có thì giờ (luôn cả mẹ tôi)
nhẩm tính xem đã thêm bao nhiêu buổi chiều
mẹ tôi ngồi lặng lẽ với cút rượu trắng
chiếc cốc sành
giọt lệ khô
và đôi mắt lòa nát, mủn thịt, xương chồng, con cõi khác.

trí nhớ tôi là ngôi nhà mặt tiền đường Phan Bội Châu,
                                                            Hội An
bước dừng chân di cư thứ nhất
mẹ tôi ngồi ca cẩm về người anh thứ hai của tôi
đột nhiên mất tích
anh bỏ đi không một mảnh giấy
chị Quỳnh tôi kể có nghe anh nói, hòa bình rồi
anh phải trở về Phủ Lý
anh muốn về coi lại phần đất bên dưới miếng gạch chôn nhau
                                                            của anh
đó cũng là nơi cả bầy chúng tôi được sinh ra
mà tôi là con út
đứa con chưa bước vào tuổi lên ba thì cha đã mất
những ngày thơ ấu, tôi sống trong bóng râm khổng lồ
của mấy dẫy nhà héo gầy gạch ngói
những bức tường đá cắm đầy miếng chai
gốc hoa giấy cỗi già. những bông hoa bầm đỏ
cây thiên lý bò theo chiều dọc
bức tường thành có những khoảng bị bom khoét loét
bến sông Đáy nêm chặt bấp bênh bè mương, bè nứa
bạn hàng nào đó, thả xuôi
mỗi tuần, đoàn phu lực lưỡng tha lên

cứa những gai sắc trên mặt đá xanh
trước khi ném vào chiếc sân sau nhà tôi.
rất nhiều buổi trưa tôi trèo chơi trên những đống gạch ngói
chất cao hơn núi
sau này tôi mới hiểu ra
từ ngày thầy tôi chết
mẹ tôi phát triển nghề buôn bán vật liệu xây cất nhà
cho cả tỉnh
những buổi sáng ngắm nhìn người làm rửa sạch từng
                              cây bương, cây nứa
những cây bương to ba bốn lần hơn cây tre
vân bóng những sợi gân nâu, vàng óng ánh
những cây bương chỉ soi tỏ một phần mặt tôi
nhưng chúng lại là tất cả cuộc đời
và kỷ niệm gần gũi nhất
vương, sót lại cho mẹ tôi.

trí nhớ tôi là ngôi nhà trông ra bến Bạch Đằng, Đà Nẵng
ngôi nhà có rất nhiều cửa sổ
có cánh cửa ngó xuống nỗi buồn thiu, chảy của mẹ tôi
bất lực nhìn bầy con lớn lên
có phần chậm hơn khoảng cách gia tăng
khi cuộc qua phân đất nước biến bà thành kẻ vô dụng
những biến chuyển nằm ngoài dự tính của một người đàn bà
                    vốn không quen ngồi yên một chỗ
là thảm kịch không tên
(cũng chẳng được ai biết tới)
vậy mà lần lữa thành hai mươi năm
hơn hai mươi năm
mẹ tôi chỉ còn những chỗ... ngồi, nhắc nhở chồng con
hơn hai mươi năm, bà sống bằng nỗi nhớ mồ mả không người
                                  hương khói
và chờ những bữa cơm
ly rượu thuốc
những đứa cháu thêm
những đứa con bắt đầu vắng mặt...

hai mươi năm ngựa thồ thôi bương bả
hai mươi năm lẫn lộn bóng ma hiện, khuất?

đời phẳng, nhạt giấu niềm vui dưới đáy?
hồn trên cao, xương, thịt vốn ngang tầm?

những ngày cuối cùng trước khi chúng tôi ra đi
mẹ tôi ngồi trong căn nhà đường Trương Minh Giảng
anh tôi kể, 29 tháng Tư
nếu tôi về kịp, chắc mẹ tôi đã đồng ý ra đi
tôi cho đó chỉ là sự tự đánh lừa
cho tâm hồn anh yên ổn
trên hai mươi năm đợi chờ
mẹ tôi chỉ ước mơ ngày
bốc mộ chồng, con.

tôi không nghĩ có một bà mẹ Việt Nam nào
muốn chết ngoài tổ quốc

mười năm nhang khói đi qua
mười năm thêm đè nặng
trên đôi vai muốn chai
bởi gánh đời tử sinh
một ngày tôi nghe tin
mẹ tôi lòa trí nhớ!
nhưng liệu bà có lòa luôn nỗi nhớ thương con?

trí nhớ tôi là ngôi nhà đường Ranchero Way
ngôi nhà có rất nhiều cửa sổ
có cánh cửa sổ ngó xuống dấu chân thứ nhất của mẹ tôi
từ biển Đông bước lại
về với cháu, con.
những khuya khoắt tỉnh dậy
mẹ tôi chỉ băn khoăn một điều:
"cửa giả"
bà sợ chúng tôi quên khóa cửa
trộm lẻn vào lấy gạo, lấy cơm!
hơn hai năm ở đấy
chưa bao giờ mẹ tôi có thể nghĩ rằng bà đã sống ngoài
                đất nước
hơn hai năm không thật
hơn hai năm: vẫn một quê nhà.

buổi sáng mưa.
buổi sáng Lãm nhận là người nuôi nấng mẹ tôi
để xin giấy xác nhận được hưởng trợ cấp y tế của chính phủ
(buổi sáng mưa. như mưa buổi sáng liệm xác mẹ tôi)
chúng tôi đưa bà vào bệnh viện dành cho người lớn tuổi
lúc bị những cô y tá người Mỹ chạm đụng thân thể
lần đầu tiên tôi đọc được nỗi kinh hoàng
trong đôi mắt mẹ tôi đã tựa những cùi nhãn đục
con gái tôi bật khóc
lúc buộc phải lui ra!
(tôi mong con tôi giữ được xúc động này
lâu chừng tuần lễ!)
buổi tối trở lại
người ta mặc cho mẹ tôi chiếc áo bệnh nhân, xám
mưa tối con đường cụt
mấy cụm hoa multiple colors ngoài hiên nhà thương dập nát
như ai đó vừa đang tâm vò nát
và da mặt mẹ tôi
dường cũng mới bị ai vò nát, như thế.

trí nhớ tôi là ngôi nhà trên đường Imperial Highway
ngôi nhà có rất nhiều cửa sổ
có cánh cửa sổ ngó xuống những ống nylon chằng chịt,
                                                                    lồm cồm
bò khắp thân thể mẹ tôi
cái thân thể có tới tám mươi lăm năm ở cùng đất nước.
tám mươi lăm năm làm người Việt Nam chịu chất.
tám mươi lăm bất biến một mầu da.
tám mươi lăm năm một xác thân
nếu cắt chia thành từng phần rất nhỏ
thì mỗi phần sẽ là một cảnh tượng đất nước thân yêu
từ Nam ra Bắc.
cảnh tượng nào cũng ắp đầy xác chết!
cảnh tượng nào cũng vẫn một tên chung!

bây giờ mẹ tôi nằm đây
nắp quan tài mở rộng
những ống dây nylon đã được rút khỏi mũi, mồm
khỏi cánh tay
khỏi bụng
khỏi ngực
những vết bầm, tím vì băng keo cột giữ những mũi kim
                                    truyền nước biển.
vẫn còn
vẫn còn vết máu ứa hai bên mép
kết quả của những vùng vẫy
đập mặt vào thành giường
vẫn còn tám mươi lăm năm buồn bã một con người
vẫn còn xác lạnh
một xác lạnh căm đang đổi mầu từ vàng sang xám ngoét.

tiếng tụng kinh
trên những khăn tang, mái đầu
cúi xuống. Cúi xuống. Cúi xuống
hồi kinh siêu độ đứt ngang
như tiếng còi xe bên kia lộ hắt lên rồi ngúm tắt
anh tôi chống gậy đi giật lùi
chiếc xe lăn cỗ quan tài lách ra khỏi cửa
buổi sáng tươi mởn. Nắng hát trên những vòm phong úa đỏ
ngôi nhà thờ đối diện nổi hồi chuông vui
lễ cưới bắt đầu
(ngày giờ tốt?)
những tiếng khóc âm âm lăn theo bánh xe cao su
lăn chị tôi ngã xuống
mảnh khăn tang rớt trên nền xi măng soi bóng buổi sáng đẹp
tôi mím môi
me ơi!

những chiếc xe nối đuôi nhau
tựa về thế giới khác
tôi mím môi
Me. Me. Me. Me. Me...
và tự nhắc:
cố đừng khóc.

buổi sáng trên lầu hai của căn nhà sơn trắng
ngôi nhà có rất nhiều cửa sổ
có cánh cửa quên không mở ra
(cánh cửa khép kín
từ hôm qua
sau khi nắp hòm đóng lại!)
xác mẹ tôi trên chiếc xe lăn có bánh cao su

xe máu xương Việt Nam chờ ngày tàn rữa
xe Việt Nam, biển có đưa về?

KHÚC THỨ NĂM: CÕI MẸ VỀ*

em đâu biết, tôi có những giấc mơ
bay dọc lộ trình Hà Nam-Hà Nội
cùng những chiếc ghe muối
những chiếc thuyền đinh
chở bương, chở nứa
chúng chở hồn tôi trôi dọc sông Đáy
và tấm lòng thủy chung của mẹ tôi
cũng không đáy.

em đâu biết, tôi có những giấc mơ
tỉnh ra còn ngỡ
như có chuyến xe lửa vừa mới khởi hành
về Hà Đông
nơi mẹ tôi được sinh ra, lớn lên,
rồi theo chồng đi miết.
quê ngoại với tôi tới giờ vẫn còn là niềm bí mật
như những sợi tơ giăng khắp bầu trời
tôi từng với, mà, chưa lần nắm được.

em đâu biết tôi có những giấc mơ
thấy rõ mẹ về
đắp lại tôi, tấm chăn
vuốt lại tôi, mái tóc...
đã bao năm mất hút sau lưng,
mà, mẹ tôi vẫn không thể tin rằng mái tóc xanh của con bà
                                          đã bạc
những đường kẻ dọc, ngang vầng trán tối
đôi mắt nay đã mờ
(đôi mắt trong veo nhìn theo mẹ tôi những ngày họp chợ)
đôi mắt giờ sụp lở nắng, mưa.

mẹ tôi hỏi sao tóc con lại trắng?
những sợi gân nào lấp ló dưới da nhăn?
tôi hỏi bà, lúc rày người có khỏe?
mẹ tôi cười.
quết trầu đỏ,
đôi làn môi cắn chỉ
bà vẫn buồn như thuở bố đi luôn.

em đâu biết tôi có những giấc mơ
tỉnh ra còn ngỡ
tuổi thơ mình vẫn còn ở đâu đó
con đường Trần Hưng Đạo
căn nhà số 1029
đôi hàng cây Sao
Saigòn, những chú Ba Tàu mặc quần sà-lỏn
vê chiếc áo thung cháo lòng lên cao
xì xồ khoe bụng mỡ.

em đâu biết tôi có những giấc mơ
bay mềm con đường Trần Bình Trọng
nơi mỗi sớm mai tôi phải đi ngang
ngôi nhà thờ mang tên Huyện Sĩ
lối dẫn tới ngôi trường
có băng ghế dài
có bảng đen
có bài học vỡ lòng về tình bạn
nhờ tình bạn này mà tôi biết yêu em!

em đâu biết tôi có những giấc mơ
tỉnh ra còn nghe tiếng sóng biển
vỗ đâu đây!
Hải Phòng? Đồ Sơn? Vũng Tàu? Hà Tiên? Guam?
nơi tôi phơi mình trần trụi
trên một trong những doi cát
nơi người con gái tên Thư
học trường Tây, nói với tôi bằng tiếng Pháp
rằng tôi là tình yêu thứ nhất của nàng,
lúc hai đứa ôm nhau trong bụi rậm.
Thư rất buồn khi hỏi mẹ tôi đâu?

em đâu biết tôi có những giấc mơ
buổi sáng, Camp Pendleton, xếp hàng, đợi bữa
nơi có rất nhiều chuyến xe buýt miễn phí
nối liền Processing Center với Trại Một
người con gái ốm o ngồi cùng băng ghế
hỏi có phải tôi là người mới tới, vài hôm
và, nàng muốn được nghe từ tôi, một bài thơ cũ
nàng đọc:
"mừng em sinh nhật mới này
"nến đau đớn thắp lên đầy cuộc vui."

tiếng động cơ, tiếng gió, tiếng chim gõ kiến
tiếng cười, tiếng khóc
tiếng loa phóng thanh nhắn tin tìm thân nhân
và, hơi thở gấp gáp trong lồng ngực nhấp nhô mới nhú
của người con gái
tan trên miệng vực sâu.

tôi đưa nàng xuống đáy thung lũng
chỗ an nghỉ của những cành sồi bị gió, sương đánh gẫy
nàng đọc lõm bõm những câu thơ còn sót lại của bài
"sinh nhật, 12"
tôi hỏi, mới bây nhiêu mà sao đã lần về nát tan sớm vậy?
nàng mỉm cười
(nụ cười tựa vết nứt của một trái cây non)
nàng bảo tuổi thơ nàng thế đó!

lúc ngang qua khu nhà ăn
tôi thấy người yêu tôi đang xếp hàng
nàng mỏng tanh như một chiếc lá thuộc bài bị ép
sau này, tôi mới hay
đó là lúc nàng đã mang thai, hơn tháng...
người con gái tên Thảo không biết có còn ở San Jose?
riêng người yêu của tôi, bây giờ
đã có chồng và, đang nuôi hai đứa con của tôi rất mực tử tế.

em đâu biết tôi có những giấc mơ
lập lại hoài, như cuộn băng nhão
những tiếng rè, đứt quãng
như con đường Ranchero Way cụt ngủn
xe chẳng cần quay đầu.
như ngôi nhà có mảnh vườn bát ngát
bao lần mẹ tôi ngã ngồi dưới gốc cây chanh
bà ưa hỏi:
"chanh đâu mà lắm thế?
"hãy coi chừng kẻ trộm nghe con!"
như người con gái mắt mưa
tóc dài gió bão
đã bỏ đi
cho lời nguyền ở lại.

em đâu biết tôi có những giấc mơ
bùn lầy khu chợ Cầu Ông Lãnh
mùi cá ươn. Mùi bùn. Mùi rác
mùi thoi thóp từ những xác thân đợi chết
mùi mồ hôi. Mùi nước mắt vô tri
mùi áo len người con gái có khuôn mặt giống hình ảnh
                                        Đức Mẹ
nàng sống huyễn hoặc nhờ những trang thư
hơn đời thật.
đoạn đường có quán cà phê mở khuya.
nghe nói hồi mồ ma Lê Văn Trương
ông đặt tên là Quán Biên Thùy.
chiếc quán tôi ngôi gần hết thời mới lớn
với những người bạn
(nhiều đứa chết lúc còn rất trẻ
như Hoài Lữ, như Hoàng Đình Tập...)
nơi tôi trở lại
lúc tóc bạc tơi
cùng giọt lệ muộn của người con gái hiện thân Quán Thế Âm
ở đó, tôi nhớ mùi con đường Westminster
chạy dài tới biển

mùi tóc đẫm nhà thương. Lãm;
mùi những ngón tay run trên nền ngực trắng.
mùi nước mắt của người đàn bà
(mà tôi thích gọi bằng Hựu)
mùi hàng găng ngày xưa
mùi tóc ngắn.
mùi tiệm phở tôi thường ngồi với bạn mỗi sớm mai
và tiệm mì, cũng không xa lắm.

em đâu biết tôi có những giấc mơ
đầy chim. Về núi.
khu rừng phong. Dăm tờ thư cũ
không ai còn hỏi nữa: Tôi đâu?!
mọi người đều bận việc
chẳng ai đủ rỗi
để hỏi mình là ai?
ở chốn nào trên mặt đất đang khô?
và, đời ta cớ sao lại mau tối vậy?

em đâu biết tôi có những giấc mơ
tỉnh dậy còn nhớ tới ngày chết trong bệnh viện
mẹ tôi chưa từng ăn một cọng bún
một tô phở, một tô bánh canh
một hột vịt lộn
một miếng cá chiên!
dù bây giờ mỗi ngày tôi vẫn ăn
như mùa xuân vẫn tới
như con đường Garden Grove
đương nhiên cắt ngang Magnolia
cắt ngang Brookhurst...

nhưng em ạ, mọi điều nay đã đổi
bởi vì em, như mẹ, đã không còn.

(14-Nov-1990)

(*) Lê Văn Thành soạn thành ca khúc.

(Nếu Cần,) Hãy
Cho Bài Thơ / Một Tên Gọi
Xb. 2006

[nếu cần,] hãy cho bài thơ | một tên gọi :::

BT productions, 2006

hạnh khúc, khác

đằng sau mỗi sự việc
đều có bàn tay Thượng Đế
như đằng sau đời sống tôi
là bàn tay em đỡ đần,
nâng, giấc.

riêng tay tôi
chẳng để làm gì khác hơn
gửi vào chốn
im, lặng.
đen.

đằng sau mọi sự việc
đều có bàn tay thần chết
như đằng sau đời sống tôi
là vùng im, lặng, em.

riêng tay tôi
chẳng để làm gì
khác hơn
khoắng sâu vùng im, lặng, ấy.

(1-00)

tôi Rạng Ngời Địa Ngục!?!*

một lần trong đời tôi
ngày, đi qua rất vội
lá tình ấp trên môi
mùi hương người yếu đuối
núi, băng rừng ra khơi
trong em: tôi bé dại.

một lần trong đời em
buổi chiều sao chóng tối
thành phố: niềm thân, quen
bỗng dưng đèn bối rối
những ngón tay hàm oan
trên ngực người hững, đợi

cúi xuống giữa nụ hoa
em rướn mình gọi... bố!
một đời suối thơm tho
tôi uống: mềm lá... mẹ
thiên thần cất tiếng kêu:
trần gian: khung cửa, nhỏ

một lần trong đời nhau
đêm, nghìn sâu tiếng gọi
ngọt ngào gối, chăn đau
thịt, da gào kiếp, mới
soi mặt gương đời, sau
giọt máu còn chói lọi

một lần thân thể nhau
tôi rạng ngời: địa ngục!?!

(2000)

(*) Tú Nguyễn, Ngọc Tiến soạn thành ca khúc.

Giữa căn phòng / chuếnh choáng / tiếng kêu / riêng?

hãy che, dấu tình yêu của mình,
(tôi bảo nàng,)
như con kiến cần cù tích trữ thực phẩm kiếm được
trong hang, động của nó

hãy che, dấu tình yêu của mình
(tôi bảo nàng,)
như con cáo khôn ngoan
chôn, cất đồ ăn cho mùa đông dài, đắng

hãy che, dấu; hãy gói ghém thật kỹ
niềm hoan lạc
những lúc anh cúi xuống ngực em rạng rỡ,
bốn mùa, thức dậy.

hãy che, giấu; hãy gói ghém thật kỹ
hơi rượu của cơn bão thổi qua thân thể
lúc chúng ta bất ngờ, yêu nhau,
đâu đó,
giữa căn phòng chuếnh choáng,
tiếng kêu, riêng.
(tôi bảo nàng...)

tôi bảo,...
lần nào, nàng cũng gật đầu.
bởi nàng chẳng thể có được cho mình
điều gì
khác hơn gật đầu và,
tiếng nấc.

(11-2001)

cloning / tôi / bình minh / thơ ấu

thay vì cloning cho tôi con cừu
hãy tạo sinh vô tính cho tôi buổi chiều,
quê cũ.

thay vì cloning cho tôi thịt bò
hãy tạo sinh vô tính cho tôi bình minh ấu thơ,
đã khuất.

(và,) không cần phương pháp cloning
tôi vẫn có thể cho em
giọt lệ cuối đời
trước khi một trong đôi ta
thực sự
không còn, nữa.

LƯỠNG THỂ / TÔI /

tôi / lưỡng thể / với thiên đàng, địa ngục
trái tim chia sạch sẽ cho đời
tôi chỉ giữ cho mình dăm... mụn tối
chút lặng, thinh sót lại, lúc xa người.

tôi / lưỡng thể / với nắng, mưa, kẻ khác
tựa điều gì ẩm, mục giữa câu kinh
Thượng đế nối bản-lề-tôi với đất
em nối tôi vào thơ ấu, lênh đênh.

tôi / lưỡng thể / với thiên thần, ác quỷ
đôi khi vai trầm, trũng buổi trưa, xa
tôi tắm gội nỗi, niềm, tôi lửa, đỏ
trên môi người / bí tích / mật, hương, xưa

tôi / lưỡng thể / với tình yêu, tuyệt tự
như âm, dương: nào nói nửa lời
tôi dọn trước cho mình: nôi cát bụi
và, bất ngờ, em nữa, có quay lui.

Nơi an nghỉ cuối cùng, biển

1.
bây giờ, những con hải âu, mỗi sáng
vẫn đem hoa cho biển.
tôi, mỗi sáng, đất liền,
vẫn trở dậy,
đem túi đồ ăn trưa, tới sở.

2.
bây giờ, không còn ai nhắc tới những con tầu rã, mục
bao năm, biển, nơi an nghỉ cuối cùng, của chúng.
tôi, cũng bao năm,
trong vòng tay quen thuộc (tới liu điu niềm rã, mục,)
em, nơi an nghỉ cuối cùng,
của tôi, (cách nào đó.)

3.
bây giờ, sau bao năm,
những đứa trẻ được sinh ra, đã lớn.
chúng tìm đến biển,
với bánh mì và, bop-corn
cho hải âu.

4.
tôi, bây giờ đã già,
cũng tìm đến biển;
dẫu chẳng còn gì, có gì
cho hải âu;
khác hơn
lòng héo hon,
mái tóc bạc
và, tình yêu đầu tiên
gửi cho những con tàu (rã, mục.)

5.
bây giờ, những con hải âu, mỗi sáng
vẫn đem hoa cho biển.
tôi, mỗi sáng, đất liền,
vẫn trở dậy,
đem túi đồ ăn trưa, tới sở;
chờ đến nơi an nghỉ cuối cùng,
(cách nào đó,)
với một lời: xin lỗi.

6.
xin lỗi em,
xin lỗi các con,
xin lỗi hải âu;
cuối đời,
tôi vẫn chẳng thể có được một bông hoa,
(hay điều gì)
tặng em, các con và, hải âu;
ngoài xác thân tôi,
gửi cho những con tầu,
biển, nơi an nghỉ cuối cùng, của chúng.

7.
xin lỗi em,
một lần nữa,
xin lỗi vòng tay quen thuộc, (tới liu điu niềm rã, mục.)
bởi con tầu, biển,
(không phải em,)
mới chính là tình yêu, tôi,
thời mới lớn.

(July 01)

E-Mail (Tỏ Tình.)

nếu tình yêu được tính bằng số lượng chất béo
tôi không biết kỷ niệm có cần phải xuống cân?
(nhưng,) cách gì tôi cũng đã lỡ bỏ đường
vào lời tỏ tình với em
qua e-mail thứ nhất!

(mỡ và đường: hai chất quá nửa nhân loại thèm khát!)

tôi cũng quên
hỏi xin em
bút tự.
(nên,) chứng thực cho tình yêu ta
cuối cùng,
chỉ có mấy con... virus.
Một Khi Tôi Có Cùng DNA Với Thượng Đế!!!

đừng nhìn tôi bằng mắt

đừng nghe tôi bằng tai.
đừng sờ tôi bằng tay.
đừng ngửi tôi bằng mũi.
đừng nếm tôi bằng lưỡi.

tôi không hề là tôi.
thí dụ, tôi, không khí.

em không thể dùng mắt để thấy không khí.
em không thể dùng tai để nghe không khí.
em không thể dùng tay để sờ không khí.
em không thể dùng mũi ngửi không khí.
em không thể dùng lưỡi để nếm không khí.

em chỉ có thể
thấy, nghe, sờ, ngửi, nếm... tôi
bằng trái tim.

bởi tôi có cùng một DNA
với thượng đế.

thịt / da ai / cũng ngát một linh hồn.,.

ồ! thân thể: quê hương cảm xúc
mỗi mùi thơm, khơi một cội nguồn.
(như đời mẹ đến tận cùng cõi chết)
-thịt da ai: cũng ngát một linh hồn.

ồ! chia, biệt: quê hương hồi tưởng
những vì sao đánh luống xa, khuya
người cứ ngắm, ngửi, cầm, nghe, nếm nữa!
nỗi buồn kia: một sớm nở hoa, về.

ồ! Thượng Đế (trong ngài) con sống mãi!
nhưng trong em:
- tôi sống / chết: một lần!

(April-01_Dec-02)

những điều ta bằng quên, trong đời, sống

hãy nói lời cảm ơn, yêu dấu
cảm ơn bàn tay đấng thiêng liêng
dẫn, dắt hai thế giới, hai vũ trụ
từ hai chân trời lạ, xa
là chúng ta
gặp nhau.

đời sống không mình ên
đời sống không hề là một xâu chuỗi tình cờ, vô cấu.

hãy nói lời cảm ơn, yêu dấu
cảm ơn bàn tay đấng thiêng liêng
dẫn, dắt chúng ta vào tình yêu
như dẫn, dắt hai kẻ mù lòa
vào thiên đường
và, cho lại mắt ta ánh sáng.

đời sống không mình ên
đời sống không hề là một xâu chuỗi tình cờ, vô cấu.

hãy cảm ơn, (vẫn cần thiết nói lời cảm ơn,) yêu dấu
cảm ơn bàn tay đấng thiêng liêng
đã dẫn, dắt chúng ta,
mỗi kẻ về một phía

nếu không có biệt, ly
lấy gì hiểu hạnh ngộ?
nếu chưa từng đớn đau
cách gì thấu hạnh phúc.

đời sống không mình ên
đời sống không hề là một xâu chuỗi tình cờ, vô cấu.

hãy cảm ơn (vẫn cần thiết nói lời cảm ơn,) yêu dấu
dù cho mai đây, (ngỡ là) tình cờ thấy nhau
yêu dấu có quay đi
(hoặc,) không cách gì chúng ta có thể cho nhau nụ cười
chúng ta sẽ nhìn nhau: tử thù.
nhìn nhau như quái vật
(thì,) mỗi chúng ta vẫn nên nói với chính mình
lời cảm ơn: cảm ơn đấng thiêng liêng
đã cho ta thấy... ta, lần nữa.

đời sống không mình ên
đời sống không hề là một xâu chuỗi tình cờ, vô cấu.

hãy cảm ơn, yêu dấu
cảm ơn đấng thiêng liêng
đã cho ta không khí, lá, hoa, cây, cỏ
cho ta chim, muông
cho ta thực phẩm đủ dùng
cho ta lúc khỏe như... voi
cho ta lúc yếu như... sên
cho ta lúc mềm như... bún
cho ta lúc cứng như... thép
cho ta niềm tin
(mặt khác tuyệt vọng)
cho ta bố, mẹ
cho ta anh, em
cho ta bạn, bè
cho ta con, cháu
cho ta nhân loại
cho ta những đêm, bóng mình
cho ta những ngày, sốt vắng.

đời sống không mình ên
đời sống không hề là một xâu chuỗi tình cờ, vô cấu.

hãy cảm ơn, yêu dấu
cảm ơn luôn... thần chết ?
chứ sao! yêu dấu,
(thần chết (như chó, mèo) lúc nào cũng lẩn, quẩn bên ta)
vì thần chết nhắc nhở ta... đang sống
và, sống để cảm ơn
những gì ta nhận được.

như hằng đêm
tôi vẫn nói lời cảm ơn
đấng thiêng liêng
và em,
người mang lại cho tôi,
sự chết.

Gối, chăn kia, thương mãi chỗ ai nằm?!?

đi, như sóng, giữa mùi hương tóc ngắn.
rất xa bờ,
nỗi nhớ nhúng chia, ly.

đi, như biển, ngang dốc đời bất trắc.
những con đường lôi tuột tháng,
năm theo.

đi, như nắng, nở tay người tháng chạp.
trên môi tôi
còn mặn, cỏ ai, rừng.
chim ngậm ngải, tìm hương trầm tháng sáu
gối chăn kia, thương mãi chỗ ai nằm.

đi, như mắt, xa dần manh vải trắng
mỗi linh hồn:
tẩm, liệm một hơi, riêng.

chẳng lớn lao nào hơn cô đơn.!.

cảm ơn kỷ niệm nuôi em lớn
như bóng nuôi hình lúc thiếu nhau.
cảm ơn ngực ấm nôi thương bạn
giọt lệ nuôi tình sâu kiếp sau.

cảm ơn xa, vắng nuôi em lớn
như lá nuôi rừng thuở thiếu niên.
cảm ơn chăn, gối cho mưa, nắng
qúa khứ như người có tuổi, tên.

cảm ơn định mệnh nuôi em lớn
hạt giống u tình kia: tự tâm.
cảm ơn lênh láng / đêm / da, thịt
những ngón tay thơm chọn lựa, mình.

cảm ơn thần thánh nuôi em lớn
như gió nuôi trời lúc bão lên.
cảm ơn núi nhắc sông xa, nhớ
chẳng lớn lao nào hơn cô đơn.

cảm ơn sách vở nuôi em lớn
con chữ nuôi người trong giấc mơ.
hồn nuối rưng rưng từng khối đá
tôi trầm mình trong em: đời sau.

cảm ơn hiện tại: không sau, trước.

giọt lệ lên mầm trong hạt kinh...

như / con sông / sẽ không ra biển!?!
nhan sắc đi / về ngang vết thương.
thịt / da từng tấc chăm, nuông nghiệp
mỗi ngón tay:
- thơm một nỗi niềm.

như / mưa, nắng / sẽ không cư, ngụ!?!
lọn tóc xin tình mãi thiếu niên
nuôi vai chia nhánh vào ly, biệt...
thương, nhớ nào xanh(?)
những mặt bằng!?!!!

như / hoa, lá / sẽ không về đất!?!
nỗi buồn kia rụng giữa hư không.
mắt, môi người cẩn theo năm, tháng
tôi, bóng quỳ, hôn
giọt nghĩa trang.

như / con chim / sẽ không về núi
giọt lệ lên mầm trong hạt kinh - -
liu điu tiếng mõ: - không nhà, cửa
rớt lại nghìn sau: - rừng
lặng, thinh.

(11-04_04-05)

người / thơm tho tôi / mấy đời /

tôi / mai / sau / ơn / tên / người.
gánh hư, vô khác; xuống, mời trăm năm.
núi nằm ngang xương: âm u!
xấp trên lưng / nhớ / nhau. từ xa. xưa.

người / bồi / tôi / sông / khuyết bờ.
tấy thơ ấu. mẹ. đìu hiu chiếu, giường.
tôi nhìn tôi (em?) rưng rưng
thịt, da tiền kiếp. khỏa thân nỗi niềm.
bước ra từ nhụy, hương, riêng
đóa hoa kia cũng dậy thiền cho tôi.

người / thơm tho tôi / mấy đời / !?!

(June 03)

TÔI MUỐN NHẮC: NIỀM VUI LÀ NẤM MỘ / CHỈ NỖI BUỒN MỚI THỰC CỦA TA, RIÊNG!!!

này bé dại ở cùng tôi mãi nhé!
vì niềm vui tuyệt tự. Chẳng sinh sôi.
vì ánh sáng ném tôi vào mất tích.
nhưng, nhờ em, tôi trở lại con người.

này bé dại, ở cùng tôi mãi nhé!
như nụ cười men ấm mắt nâu, sâu.
như con gió thổi hồn tôi mất, hút
nhưng, nhờ em, tôi lại thấy tôi về.

như thế đó, trong tôi từng hạt lệ:
- nhận từ em, thuở trái đất sơ khai.
(tựa đâu đó, trong tôi từng hạt máu:
- nhận từ cha, và, mẹ thuở tôi-thai.)

sông cổ tích trôi giữa trời bạch lạp.
rừng nguyên sinh: muông thú hát như... người!
cây sinh nở những đứa con như... núi!
tháp phần em, một nửa đã thành tôi.

tự thắt cổ: mặt trời tôi tháng Một,
để hồi sinh từ thơ ấu em (tôi.)
lọn chân, thiết chảy theo chiều tóc mẹ
tôi bước ra từ ân sủng đất, trời.

tôi muốn nhắc: niềm vui là nấm mộ /
chỉ nỗi buồn mới thực của ta, riêng!!!
nên, bé dại: vai tôi chờ tóc mạ;
phút quay lui của quá đỗi băng băng.

(đường thẳng thơm, vậy mà, hầm, hố đấy!
trái ngang tầm, chưa hẳn sẽ trong tay.
thêm mưa, nắng vốn hàm hồ bất trắc
và, tương lai chảnh lắm nhé! Thơ ngây.)

này bé dại! Lại đây...! Ngồi xuống...! Ngắm:
- những bông đời tôi hái giữa trăm năm.
tôi không bán. Chỉ mời em tự nhặt:
- một bông tôi từ giỏ-cũ-tâm-hồn.

(Oct. 03)

(nếu cần,) hãy cho bài thơ / một tên gọi!?!

trăm năm nữa, ngàn năm nữa
những con đường mang tên Bolsa, Lucille, La Vergn, Botany,
Ranchero... có thể sẽ không còn.
những thành phố mang tên Westminster, Garden Grove,
Santa Ana, Fountain Valley...
có thể cũng không còn.
những đứa trẻ ở đó,
có thể cũng không còn.
chúng mang theo tuổi thơ, con cái về chốn khác
(thực ra chẳng khác?!?) .

riêng em vẫn mãi còn
bởi em đã mất đi ngay khi vừa xuất hiện
trên chiếc cầu vồng tình yêu nắng, mưa ngũ sắc nghiệt, oán!?!

trăm năm nữa, ngàn năm nữa,
những con đường mang tên Santa Clara, Tuly, Foxworthy...
có thể sẽ không còn.
những thành phố mang tên San Jose, Oakland, Frisco...
có thể cũng không còn.
sự phát triển nườm nượp và, ngồn ngộn của các đô thị
nuốt trọng thiên nhiên.
danh sách những loại thú (gồm luôn con người)
có nguy cơ diệt chủng
sẽ dài thê / thảm!?..

riêng em vẫn mãi còn
bởi em đã biến mất ngay khi vừa xuất hiện
trên chiếc cầu vồng tình yêu nắng, mưa, ngũ sắc
nghiệt, oán!?!

trăm năm nữa, ngàn năm nữa,
những con đường mang tên Wilson, Arlington, Natick...
có thể sẽ không còn.
những thành phố mang tên Falls Church, Annadale, Burke,
Houston, Austin, Dallas, Orlando, Atlanta, New Orleans,
Seattle, Portland, New York, Boston...
những tiểu bang Maryland, Texas, Louisiana...
có thể cũng không còn.
ngay những thành-phố-thế-giới như Paris, London, Brussels,
Amsterdam, Frankfurt, Montreal, Toronto, Sydney,
Melbourne, Brisbane, Adelaide, Tokyo, Bangkok, Đà Lạt,
     Nha Trang, Sàigòn, Huế, Hà Nội...
cũng sẽ không còn!

khi nhân loại trở thành những robot biết ăn, uống, hít thở,
　　　　　　　　　　　　　　　　　　　　làm tình...
danh sách những loại thú (gồm luôn con người)
(cho phép tôi lập lại)
có nguy cơ diệt chủng
sẽ dài thê / thảm!?.

riêng em vẫn mãi còn
bởi em chọn yêu tôi:
một tên vô tích sự,
sống bên ngoài trái đất!!.

(Jan 06)

với tâm đức Phật / trong hình hài tôi

cảm ơn sông không xa nguồn
như em không tuổi, nhín, nhường chiêm bao.
cảm ơn núi nghiêng đầu chào,
đón em nguyên đán, thầm, thì giêng, hai.
cảm ơn em rồi đầu thai:
- với tâm đức Phật / trong hình hài, tôi.

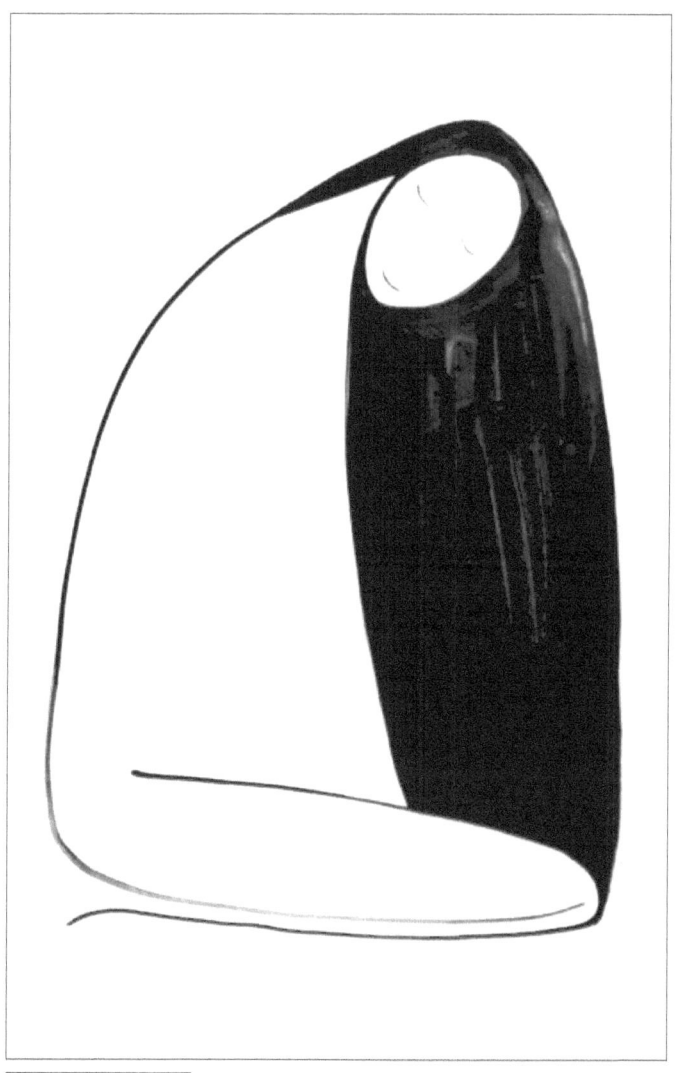

Phụ bản - Lê Thiết Cương

Lại Chuyện Vãn /
(Lần Này, Ít Thôi) /
Với Bệnh Ung Thư
xb. 2008

DTLê

tuyển tập thơ
bìa & minh họa bùi kim ánh
nguyễn thanh vân

LẠI CHUYỆN VÃN/
(LẦN NÀY, ÍT THÔI)/
VỚI BỆNH UNG THƯ/

2005-2008

H.T. PRODUCTIONS,
CALIFORNIA, 2008.

Thơ ở một ngày, ở một thời nào đó, trong bệnh viện

có thể chúng ta sẽ, (hay đã thực sự,) chia tay nhau.
nhưng, tôi vẫn muốn được cảm ơn:
những ngón tay em,
lần, mò trên mặt tôi
dốc. đèo.
ngã năm. ngã bảy
những ngón tay hỏi thăm.
những ngón tay trầm cảm. sự chết.
những ngón tay không kể công.
không than van.
không hờn. oán.
nhưng, nó nói với tôi, nhiều hơn, tất cả những gì
em đã nói;
suốt chuỗi dài thời gian chúng ta chung sống.
có thể chúng ta sẽ, (hãy đã thực sự,) chia tay nhau.
nhưng, tôi vẫn được muốn cảm ơn:
những giọt lệ em.
những giọt lệ lặng lẽ cuối khuya,
lúc chẳng ai còn đủ sức trở mình,
nghe giọt lệ bốc hơi (!?.)

những giọt lệ bốc hơi đã lâu, (quá lâu?.)
nhưng với tôi,
dường nó đã khắc sâu (trạm nổi?) trên gò má em tượng.
sống.
những giọt lệ mai kia,
có thể vẫn chảy.
(không vì tôi, (mà,) sẽ vì một kẻ nào khác.)
những giọt lệ không nói với tôi lời nào.
cũng chẳng kể với tôi chuyện gì;
dù bâng quơ / vơ vẩn.
nhưng, với tôi,
nó lớn lao.
nó tình. nghĩa.
nó con người.
nó tử tế hơn bất cứ hành động,
cử chỉ nào, tôi đã dành cho em
trong suốt thời gian chúng ta chung sống.

có thể chúng ta sẽ, (hay đã thực sự) chia tay nhau.
nhưng, tôi vẫn muốn được cảm ơn:
chiếc ghế xếp.
tấm chăn cũ.
cái gối xưa...
chúng cũng chẳng nói với tôi lời nào;
chẳng nỉ non. ỉ ôi. tâm sự.

tôi thấy mình không thể ngu xuẩn hơn,
khi cuối đời mới chợt nhận ra:
có những im-lặng-trăm-năm
có những im-lặng-kiếp-kiếp
ngay cả khi chúng ta đã thực sự chia tay.
chẳng còn điều gì để nói!!!

trả lại đời sạch sẽ

chúng ta, những con ong:
hút mật vườn thế giới.
(rồi,) trở thành nhụy. hương:
-trả lại đời-sạch-sẽ!!!

người cho tôi-đời-sau
cách gì tôi đền, đáp?!?

(June-26-08)

lại chuyện vãn! (lần này, ít thôi,) với bệnh ung thư

cảm ơn ung thư, cho ta thấu hiểu:
quý biết bao!
dù chỉ một giờ,
để thở.

ta sẽ dùng 60 phút cuối đời,
cảm ơn những người:
nuôi nấng / ruồng rẫy
ta /
yếu đuối /
cứng đầu /
bất trị /

cảm ơn những người:
an ủi / xua đuổi
ta /
tật nguyền /
dễ khóc /
ta,
đứa nhỏ sinh ra vốn sớm mất cha.
ta,
đứa nhỏ lớn lên vốn sớm xa mẹ...

cảm ơn ung thư, cho ta thấu hiểu:
quý biết bao
dù chỉ một ngày,
được sống.

ta sẽ dùng ngày cuối đời,
cảm ơn bằng hữu.
cảm ơn Mai Thảo,
cảm ơn Nguyên Sa,
cảm ơn Hoài Bắc,
cảm ơn Ngọc Dũng...
/....../
mãi còn.

cảm ơn bằng hữu,
(không nhiều.)
những bằng hữu may mắn
vẫn còn - -
khỏe mạnh /
yếu đau /
khá giả /
túng thiếu /
muộn phiền /
giả dạng /
lên gân /
nổ bạo /
/...... /

những người bạn,
vẫn còn hồ hởi.
vẫn còn linh tinh.
vẫn còn tưng bừng:
rất ư...
khí thế!!!

cảm ơn nhớ / quên
cảm ơn được / thua
cảm ơn đi / về
cảm ơn chết / sống.

cũng xin cảm ơn,
những kẻ sốt ruột
thấy ta chưa chết.
cũng xin cảm ơn,
những tên lưu manh,
những phường láu cá,
ngày / đêm hối hả
mong ta:
homeless.

• lại chuyện văn / (lần này, ít thôi) / với bệnh ung thư • xb.2008

cảm ơn đòn thù /
cảm ơn sổ đen /
cảm ơn đánh lén /
cảm ơn nhân danh /
cảm ơn chụp mũ /
cảm ơn chỉ mặt /
cảm ơn gạch tên /
cảm ơn bội bạc /
cảm ơn đòn ghen /
cảm ơn mạo nhận /
/...... /
cảm ơn / cảm ơn.

cảm ơn ung thư.
cảm ơn vũ khải.
cảm ơn lê tâm.
cảm ơn long đặng.
cảm ơn bệnh viện.
cảm ơn lao công.
cảm ơn y tá.
cảm ơn mổ / cắt.
cảm ơn ráp / nối.
cảm ơn vá / may.
cảm ơn chemo:
cho ta tóc rụng.
cho ta tay tê.
cho ta hàm cứng.
cho ta khó nuốt.
cho ta ói, mửa...

cảm ơn ung thư.
cảm ơn cat-scan.
cảm ơn xạ trị:
cho ta mục xương.
cho ta cháy nám.
cho ta xụi lơ...
(hết đường cục cựa.)

cảm ơn ung thư,
cho ta được sống
một phút! một giờ:
cảm ơn mọi điều.
cảm ơn...
trọn gói!!!

(June 05 - Jan. 08.)

Trả Lời # 6

hãy chải tóc tôi bằng những ngón tay em.
thời gian khựng. đứng.
hãy bịt mắt tôi bằng chiếc áo lót của em
dệt bởi sợi ân, nghĩa kim cang.
hãy dán miệng tôi bằng ngực em
bơ vơ thời bỏ sữa.
nhưng,
đừng xiết cổ tôi bằng những mất tích.

hãy treo cổ tôi trên đỉnh nhọn. trời - -
bằng những bài thơ tôi chưa viết xuống.
nhưng,
em biết tôi cất giấu chúng chỗ nào,
nơi cõi, khác.

EM KỲ QUAN THỨ TÁM / MÂY PHÓNG SINH LỜI NGUYỀN

tóc che rừng mùa đông.
lá tận tình phát tán.
những nụ hôn lao lung - -
trôi. nõn. vùng kết án.

treo ngược thời tiết xanh.
người xững. im. cáo buộc.
tường trắng. đàn. giao tranh.
những ngọn đèn tự sát.

mưa giảng kinh điêu linh.
đêm gieo mầm cứu khổ.
cửa khép từng thớ. câm
gió hàm hồ chụp mũ.

vực sâu tìm tiếng hát.
kệ sách vươn tay ôm.
nhân quần / hoa / độc dược.
núi chấp hành: tai ương.

sóng lăng loàn thối lui.
tôi quàng vai định mệnh - -
cùng linh hồn rong chơi.
biển nói / cười thân thiện.

 em: kỳ quan thứ tám.
bình-minh-chim. thiếu đôi.
lá xây đài kỷ niệm
 giữa vườn khuya. biếc. môi.

em rớt vào đời tôi.
thiên thần dang tay đỡ.
hạt đêm tìm tôi rơi.
trang mạng chờ thiết kế.

chúng ta ngoài khí quyển - -
tình yêu khuất nhân gian.
người hiệp thông tối / sáng.
mây phóng sinh lời nguyền.

suối cưu mang đời sông.
ngực em là, vú mẹ.
giữa ruộng, đồng hư không:
lửa tự thiêu thân, thế.

từng con chữ bước ra:
- từ cõi-tôi-bí-mật!..!

(June 08.)

tình yêu thời (@

tình yêu thời a còng:
mặt-bằng-tôi rớt giá
chứng khoán cũng trôi sông.
tôi chạy cò quá khứ.

tôi nhìn tôi treo cổ,
giữa lưng chừng cơn say.
đêm xô dài tiếng mõ.
phố rùng mình. bó tay.

người phồng căng nước biển.
trái tim cũng tân trang.
tháng ngày hoa plastic.
tôi-hoành-tráng-xe-ôm.

tình yêu thời a còng:
tôi-ngoài-luồng-chấm-com.

Năm Chữ Du Tử Lê Và 12 Bài Thơ Mới
xb 2009

năm chữ du tử lê và,
mười hai bài thơ, mới

minh họa đinh cường

cd đọc thơ : du tử lê

ht productions, 2009

TRỞ GIẤC CÙNG HƯ VÔ

trở giấc cùng khuya. mây.
mưa về ngang ký ức.
những dòng sông bó tay:
nhìn trái tim thôi đập.
trở giấc cùng rừng. khô.
cửa, mời lưu dấu tích.
kệ hỏi sách dọn kho.
bụi cười vui nứt, nẻ.
trở giấc cùng hư vô,
từng nấm mồ hớn hở.

(9/08-1/09)

chúng ta những đứa trẻ: cần quá đi tình yêu

trổ cho tôi cánh cửa
để tôi nhìn em đi.
lấp giùm tôi biển. gió
để tôi nghe em về.

cho tôi những ngón thương.
từng làm nên kỷ niệm
cho tôi những chân quên
để nhớ mình: quá khứ.

chúng ta những đứa trẻ:
cần quá đi tình yêu!!!!!

(11-08)

kỷ niệm như chúng ta

kỷ niệm như chúng ta,
có chỗ nằm của nó.

buồn tôi như nụ hoa,
đâu biết ngày khô, héo.

bao giờ người đi qua (?!?)
ngắt giùm tôi: đọt nhớ.

Nuôi Tôi Lời Hứa, Dối

những bãi cỏ thêu hoa,
khôn nuốt trôi tẻ, nhạt.
gói kích cầu chia xa.
đìu hiu tôi lạm phát.
mỗi sớm mai tìm nhau.
nuôi tôi lời hứa, dối.

(8-09)

Những Ngón Tay Biệt, Ly

mưa xuyên thấu đời sau
kiếm tìm dung mạo, mới.
nắng ngồi trong toa, khuya
xóa, bôi ngày, tháng, tới.
những ngón tay biệt, ly
giẽ đường ngôi bóng tối.

bọc bên ngoài thảm kịch

em nhường tôi chỗ ngồi,
mang theo mọi chú thích.

đời nhường tôi niềm vui,
bọc bên ngoài thảm kịch.

xúc xiểm tôi: mùi hương

mở những giác quan đêm
lắng nhịp tim quá khứ.
xúc xiểm tôi: mùi hương:
lá tồn kho. nước biển.
hỏi thăm tôi: vết thương.
nằm yên nghe xạ trị!

khi đón, chào năm mới ở Garden Grove, California

buồn tiếp thị
nắng / mưa,
ngược / xuôi
(tôi thời mở cửa.)
lá khóc / cười,
chia, biệt
sống gân.
khô.
ngựa thời tiết khóa ngàm.
bão riết róng.
vó ngật ngầy, sốt đậm.
vỗ về lưng,
bờm bện tháng, năm,
nâu.

phố kinh tế:
những giải đèn cô dâu, tháng chạp.
cười chuyên sâu.
chờ chú rể đại hàn.
cuối giếng, hai
phố thắp tôi thảm hại!
(tôi cũng cười:
tôi-lố-bịch-đen.)
những trang blog
chen chân. nhậy cảm. ảo.
mở / khép tôi
lắng. vin. cửa. mắt. đợi.
hơi thở níu
hồi chuông.
máy nhắn.
bật âm. câm.
mưa giả bữa:

ngồi dậy. ngáp dài. vươn vai
và, bước tới:
nói một mình.
gương hắt lại tôi.
vâng!
không cong / thẳng,
mượt mà / tôi /
trong veo:
nhuyễn thể.
nâng niu / tay
con sứa tụng kinh buồn.
chiều chống nạng.
thánh đường không hộ khẩu.
nước trên tay:
nhuyễn-thể-chúng-ta,
rơi.
vẫn buồn (kép,)
chia đôi:

thiên đàng / địa ngục.
em chiếc nêm
chêm giữa - -
ngực đơm / môi /
triền thơ ấu nghiêng,
thiêng bầu vú mẹ.
tôi gai, đỏ
chôm chôm.
con chuồn ngô cánh trắng;
chở mặt trời
về thấu đất-đai-em.
tôi nhân đôi
(cộng thêm em thành sáu.)
trong quan tài
chỉ một:
hoặc tôi / em.

(Dec. 08.)

Tôi, đưa tay điều chỉnh nhiễu âm, nàng

mưa mật ong
giữa nắng trưa té, xấp.
nỗi niềm chưng cách thuỷ
bốc hơi / tôi.
ngón khí hậu chênh vênh
chiều ngũ sắc.
mắt lênh đênh kỷ niệm
gối, chăn. trôi.
vai bình nguyên trải niềm đau
thấu biển.
nước thêm chân gió, bão
chạy băng rừng.

đêm chải tóc
trên những triền ghế, trống.
tật nguyền / tôi / trình diễn
một mình.
kẻ đi khuất
để quên y ở lại;
khi nỗi buồn chà, xát sẹo vô luân.
trong chừng mực của những điều dối trá
tôi, đưa tay điều chỉnh
nhiễu âm, nàng.

(08 / 08_ 01-09)

Người cuối cùng là em, cũng vắng mặt

khi căn nhà không còn ai
lũ chén bát thôi cãi nhau trong rổ
bàn, ghế nhón gót chân hướng về cửa sổ.
lớp màn khép.
quạ và vẹt má đỏ trong những lùm khuynh diệp thân trắng
hỏi nhau:
"sao màn khép?"
tiếc tôi không có mặt
để trả lời câu hỏi:
"sao màn khép?"
khi căn nhà không còn ai
bóng tối mặc sức thì thào với bụi.
sách, báo nhỏ to
nỗi hàm oan của chúng vì những con chữ sinh non.
(và, trống, kèn rôm rả.)

giày, dép lết về phía cửa ra vào.
hỏi nhau:
"sao cửa khép?"
tiếc tôi không có mặt
để trả lời câu hỏi:
"sao cửa khép?"
khi căn nhà tâm hồn tôi không còn ai
(người cuối cùng là em
cũng vắng mặt.)
cả căn nhà cùng những gì có sẵn
(trong / ngoài nó)
hỏi nhau:
"sao vắng mặt?"
tôi có mặt
nhưng tiếc thay
lại không thể trả lời.
vì tôi cũng chính là câu hỏi:
"sao vắng mặt?!"

cõi / tôi / khác

bình minh, trắng.
trưa, trắng.
chiều, trắng.
rượt, đuổi
tháng, ngày, đen.

thượng đế, đen.
tôi, đen.
bầy ngựa, đen.
rượt, đuổi
linh hồn, xám.

đêm, lợ.
đời, lợ.
tôi, lợ.
hắn, vô can.

Tháng sáu: ký-họa-gió

1.

tráng lớp men dậy thì cho nắng.
lá kẻ nhạc vách tường.
nốt-chân-chim, ra ràng - -
thất lạc /sóng /
linh hồn ai rưng, rưng:
ký-họa-gió.

2.

thổi buốt khu vườn ta tháng sáu.
sương đôi giọt, sót.
trên những đóa quỳnh rã. rệu.
chỉ đất hiểu:
kỷ niệm lẩy bẩy
như con giun được lũ kiến trân trọng cử hành
lễ táng treo /
lá thôi xanh ký ức.
và, sống / chết bên kia phòng cách ly: hạ huyệt.

3.

no nê sớm mai, sương.
đìu hiu xe. nhịp rách. nát.
bàn, ghế vỉa hè.
café. khói thuốc
(hiện thân sinh vật người đợi vào hố rác.)
tháng sáu ta.
trật lấc. đất. trời.

4.

kỷ niệm cựa mình. nhói, buốt những gam màu.
đèn đường khô, vênh bóng tối.
gió, thống, thiết hành lang, cong.
thành phố lụa.
úp mặt nâu.
những quán ăn chết tiệt!
bữa cơm muộn: bàn tay trong túi quần.
ngón trò chuyện.
ngón gọi núi.
ngón hỏi sông.
ngón chỉ rõ:
- niềm vui là, nước mắt.
ngón nhắc nhở:
- đừng quên:
biệt, ly là ngõ vào cửa khác.
tư. riêng!?!

5.

tháng sáu, không lý lịch.
tháng sáu, không tuổi, tên.
tháng sáu, không... tháng sáu.

6.

tráng lớp men ung thư cho nắng.
lá sâu ăn kẻ nhạc vách tường.
nốt-chân-chim, chiều. quá vãng.
mùa cúm trăng.
đất trải dài thời-gian-khung-vải.
chúng ta cùng:
ký-họa-gió.

(June 26 09)

kỷ niệm chia nghìn tay

không thể có khởi đầu,
nếu chưa hề chấm dứt.
tôi chết đi trọn ngày,
chờ đêm về sống lại.

kỷ niệm chia nghìn tay:
vỗ về tôi-điên-dại.

Biệt Khúc
xb. 2013

DU TU LE
biệt khúc
THƠ 2010-2013

HT-PRODUCTIONS

tháng tư t., biệt khúc, khác*

1.
khi gối đầu mình lên ngực em,
kỳ diệu thay!
tôi nghe được rất nhiều tiếng sóng.
nơi thẳm sâu tim em,
những viên sỏi buồn / vui yên phần
lận đận?

2.
khi gối đầu mình lên ngực em,
kỳ diệu thay!
tôi nghe được rất nhiều tiếng gió.
(gió xuân thì? trăm năm buốt giá?
gió một ngày vĩnh viễn chia, xa?)

3.
khi gối đầu mình lên ngực em,
kỳ diệu thay!
tôi nghe được rất nhiều tiếng suối.
(vượt muôn trùng nhập lại khúc sông.)

4.
khi gối đầu mình lên ngực em
kỳ diệu thay!
tôi nghe được tiếng chân thời gian quay gót.
(na nhiều tiếng khóc?
và, niềm vui trên ngọn-buồn-thánh-thót,
treo cao?)

5.
khi gối đầu mình lên ngực em
kỳ diệu thay!
đèo, dốc đã bình nguyên,
vẫn hào phóng cho tôi,
thơ ấu hương thơm. trần gian vị ngọt.
(như lần đầu tôi áp má mình lên ngực em
lắng nghe. kiếm tìm nhụy hoa và, đọt cỏ…)

6.
khi gối đầu lên ngực em đêm nay
kỳ diệu thay!
tôi nghe được nhiều hơn bao giờ
tiếng sóng!
nơi đáy sâu tim em
những viên sỏi buồn / vui
giờ đây:
- hóa ngọc!

(2011-2012)

(*) N.P. Tịnh Hiếu soạn thành ca khúc.

mỗi chân dung là: những đã, đang là...

tôi là một! và, cũng là: tất cả:
là con giun, cái kiến ở bên đường
là con dế, con sâu chờ hóa kiếp
là côn trùng: cho khao khát chim muông.

tôi là một! và, cũng là: tất cả:
là ngọn cây, chiếc lá, rác, phân người
là đất, đá dưới chân tàn nhẫn, bước
là hơi sương; hạt nắng tự bao đời.
tôi là một! và, cũng là: tất cả:
là quan tòa / tội phạm / con tin /
là kẻ chặt đầu. khủng bố. ôm bom
(thay Thượng Đế: tôi điên cuồng phán xét !!!)

tôi là kẻ bán đàn bà, con nít
cho người mua nô-lệ-dục-tình
tôi cũng là một trong những nạn nhân;
(hoặc máu mủ với bầy nô lệ ấy!)

tôi là đứa cưa bom. ông già bươi rác
đem tử / sinh... đổi lấy miếng ăn.
tôi cũng là xác chết chẳng ai chôn
mùi xú uế khiến nhiều người nôn mửa.

tôi là một! và, em cũng là một.
(một nhân lên: vẫn một em à.)
tôi là một! chia đều cho tất cả:
tôi thành không: tự khởi hiện xa, xưa.

tôi, còn nữa, chân dung khôn tả hết...!!!
mỗi chúng ta là: - những đã. đang... là!!!

(2010)

TRÁI TIM LẬP MỘ (KHÔNG TRO, CỐT!)

xiển dương ký ức: cây thu bóng.
kỷ niệm ngồi chung một góc sân.
giọt lệ lăn xa. ngoài trí tưởng.
biệt. biệt trôi dần: thân lạc tâm.

xiển dương bóng tối: nuôi oan, khuất.
gió gọi tên người. ai khuyết danh?
hiên xưa. mái cũ. dòng sông cũng
tự nguyện chôn cùng huyệt lãng quên.

xiển dương câm, nín: trăng bôi mặt.
chim không rớt bóng. thú ghê rừng.
trái tim lập mộ (không tro, cốt!!!.)
kết thúc sau cùng: một kín bưng.

xiển dương đời khác: thêm hư. dối.
tự hỏi thăm mình: hoa. mỗi đêm.
đi qua một kiếp như nghìn kiếp.
ta giống côn trùng! sống thản nhiên.

(Sept. 2011)

biệt khúc, núi

1.
không ai ngó ngàng tôi, khi buổi chiều đã rời đi
rất xa.
chỉ chút nắng sót góc vườn hỏi thăm chính nó.
đám loa kèn trong hồ thổi mấy bài sonata
không tiếng.
đám cá koi, khán giả. loi choi. không quen vỗ tay.
(cũng chẳng ai hỏi xin chúng… một tràng pháo tay!!!)
chiều đã rời xa. rất xa. rất. xa.
tôi vẫn nán, chờ người gọi tên mình!
- tháng sáu?

2.
tháng sáu nắm tay cảm xúc đầu đời
leo từng bậc thang ẩm mốc.
nó thuê tôi canh chừng mọi biến động.
dưới ngọn đèn đường và, biển thúc thắc đâu đó,
mặt mày hình sự, tôi đốt thuốc liên tục.
(tại sao không? khi trên cao, tháng sáu cũng đang
                                        hút thuốc?)
tôi chỉ không biết tháng sáu có huýt sáo
"cầu sông kwai" hay, "trở về mái nhà xưa?"
biệt khúc. khuất.

3.
tôi nghĩ tháng sáu đã nhìn tôi bằng con mắt khác.
như thể với nó, tôi không hề là một sinh vật.
nó dẫn ai đó (không phải tôi) ra hoang đảo.
nơi ước mơ là mặt trời. đêm tối là tóc nhân ngư.
đèn được thắp bằng những giọt lệ như máu mừng / tủi.
tôi đóng vai phi lao, hòa tấu giúp côn trùng phục sinh /
biệt khúc. chết.

4.
tháng sáu tên gọi chung (mà, rất riêng,)
với hố hầm hạnh phúc bẫy sập.
nửa đêm, chuyến xe lửa tốc hành
chở tháng sáu lên núi.
thành phố. du khách. hàng hiên. quán xá.
ly rượu đỏ. cơn say gia tốc. sóng cấp bảy.
lão thủy thủ biến mình thành chiếc neo -
giữ cho chính ông khỏi trôi mất (giữa hư không?!?)
băng đảng nhà mái dốc treo bảng không có chỗ
cho những kẻ sắp cạn khô ngày mai (như tôi) thuê mướn.
chúng cất tiếng hát,
biệt khúc. núi.

5.
tháng sáu, những ngón tay không mắt vẫn tìm được cho nó
                                              thịt, da tinh khiết:
để mưa - cẩn vàng mười cửa sổ.
ngực, bụng và mắt, môi heroin cùng inhale một lúc.
tội nghiệp tài xế, hàng cây… giả lơ.
mặc hơi thở tự tìm lấy cho chúng
biệt khúc. ngực.

6.
tôi vẫn chờ đợi ai đó thăm, hỏi!
dưới dàn chanh dây, tôi ngồi đếm xác
những con nhặng xanh, được đám kiến hôi
đọc điếu văn ca tụng thành tích - trước khi
long trọng cử hành lễ di quan.
tôi cũng (long trọng) cử hành tang lễ mình:
trong yên ắng!
(sự yên nắng làm thành bởi những tháng, ngày thuộc về
                                    niên lịch khác?!)
sau những xẻng ú na ú nần đất -
cỏ mang bao tay, nghiêng mình đặt lên tôi nhiều vòng hoa.
chúng đồng ca,
biệt khúc. mộ.

7.
tôi vẫn có ý tìm kiếm bóng mình
dưới chân tượng ở các quảng trường
New York, D.C., San Fran., Monterey, Hawaii,
Việt Nam, Paris, Frankfurt, Brussels, Canada,
Hòa Lan, Úc Châu, Thái Lan, Nhật bản…
tháng sáu bảo tượng không hề có bóng.
chúng là những khoảng trống.
chờ lãng quên lấp đầy.
tôi muốn thêm, "và, kỷ niệm?"
nhưng tháng sáu quay lưng.
nó ném bừa mọi thứ vào lòng đường,
mặc cho những chiếc xe vô tình (cố ý, nhẫn tâm?)
lăn qua lá khô và,
biệt khúc. gió.

8.
tháng sáu nhiều lần cùng tôi chắt xuống
những giọt lệ gửi kiếp sau (nghĩ rằng sẽ có.)
nó bảo nhân loại (ám chỉ tôi) không thể ngu xuẩn hơn!
khi tính thời gian bằng vòng quay trái đất.
tôi hiểu nó muốn nói,
thước đo mỗi đời người là những giọt lệ!?!
(dù ngay sau đó, tháng sáu có thể cười... toe!
tựa nó chưa hề nói một điều gì trước đấy.)

9.
tháng sáu dậy sớm. tháng sáu ngủ muộn.
tháng sáu rửa mặt. tháng sáu điện thoại.
tháng sáu email. tháng sáu đi làm...
tháng sáu chuẩn bị cơm nước. tháng sáu mang tạp dề.
tháng sáu kê ghế treo nó lên cao.
tháng sáu ra sân đào hố, chôn nó xuống đất...
tháng sáu đâu biết, hạt nào rồi cũng nẩy mầm!?!
ngay hạt đau thương cũng sẽ bung thành:
biệt khúc. khác.

10.
tháng sáu nhân danh sở di trú cấp thẻ xanh vĩnh viễn cho
                                                                                                                        kỷ niệm.
nó giao tôi quản lý.
như thể tôi, thủ kho xuất / nhập.
nhưng nó thật lãng nhách khi cất chìa khóa trong ví.
rồi bỏ đi!
nó nhốt tôi cùng kỷ niệm trong hầm ký ức.
chúng tôi như những con thạch sùng
chép miệng. chết khô.
sau khi an ủi nhau bằng:
biệt khúc. xám.

11.
tháng sáu, buổi chiều, tôi, ký ức và, biệt khúc
tự chẻ mình thành nhiều miếng đêm.
trước khi có bước chân người về:
là sợi chỉ, kim khâu ân cần -
xỏ, xâu tất cả mọi nát, tan. vung vãi.
cách gì gom đủ (?)

bữa cơm muộn nào của chúng tôi,
cũng có vài ghế trống!!!

(June 3. 2011)

hò hẹn với chia, ly*

người về trên môi tôi
(nẻ, khô sa mạc, đợi.)
sát nhập bất hạnh đôi.
người ly thân bóng tối.

hò hẹn với chia, ly
tôi quàng vai định mệnh - -
(bạn-tôi mãi xuân thì.)
tội nghiệp em-bánh-thánh.

hợp đồng với tàn phai,
tôi lòa dần ký ức.
cửa sau. những sớm mai,
ai chảy dài nước mắt?

trước thượng đế xanh xao
tôi chia phần yếu đuối.
em dịu, hiền lát dao
xẻ dọc tôi chăn, gối.

đánh bạn với hư vô,
mặt trời tôi vỡ. vụn.
lửa ấm ngực thơm tho.
tôi cuối trùng vây, khốn.
vay mượn của đời sau,
trả lãi bằng hiện tại.
người biết, chẳng lâu đâu!
chỉ còn tôi: sương. khói.

(Nov. 2012)

(*) Khoa Nguyễn soạn thành ca khúc.

cho những điều khi chết sẽ mang theo

không ai gọi tôi nữa,
khi buổi chiều đã đi rất xa.
chỉ chút nắng sót góc vườn
gọi tên chính nó!
những bông loa kèn trong hồ thổi một bài
sonate
(tôi không biết bao nhiêu về nhạc cổ điển.
nhưng gió bảo tôi,
có thể đó là bài "Les quatre âges /
The four Ages"
của Charles -Valentine Alkan,
viết cho cha, tám năm trước khi cha chết…)
tôi cũng muốn viết điều gì cho em.
ngay lúc này,
(trước khi… tôi chết.)
ngặt nỗi,
tôi đang buồn quá đỗi!

(…)

tôi vẫn ngồi dưới giàn trái chanh dây.
khi buổi chiều cũng đã bỏ tôi.
đám loa kèn thôi hát.
gió cũng chán tôi
(già háp!)
em hiện ra:
- rạng ngời!
cùng giọt lệ tinh khôi. sớm mai.

sớm mai ta không lời.
sớm mai ta! sớm mai ta!
nhắc nhở:
hãy sống!
hãy sống!
cho những điều khi chết sẽ mang theo!

(8 - 2012)

Riêng gối, chăn giữ được tháng, năm, xưa

gió sẽ chỉ cho người mưa phía khác.
nhưng nỗi buồn không thấy ngõ đi vui.
ngăn tủ chỉ cho người khăn, áo, mới.
riêng mùi nhang nhớ mẹ buổi qua đời.

lối dưới trái, chỉ người xanh, tháng chín.
nhưng gam màu chỉ rõ xót. đau. qua.
đất khô, nẻ chỉ người cây yểu mệnh
riêng gối, chăn giữ được tháng, năm, xưa.

tôi sẽ chỉ cho em đây sự thật:
- tấm lòng tôi... thương lắm! những-đêm-người!

(2011-2012)

kỷ niệm bất ngờ, tuột tay, rớt theo chiều thẳng đứng

1.
kỷ niệm bất ngờ, tuột tay, rớt theo chiều thẳng đứng,
những cây me lề đường Gia Long,
hấp tấp dấu trong nó
tiếng hát buồn và, những đôi mắt sớm nhuộm đen nắng, gió.
đó là lúc những cánh bướm tí hon liu điu hát cho tôi nghe
(giọng của chúng.)
"…về đi em tôi. về đi đôi môi…" [(*)]
trong tôi, dường có kẻ nào
hối hả lao về cuối đường.
đợi, đón một người:
vĩnh viễn không trở lại!

2.
kỷ niệm bất ngờ, tuột tay, rớt theo chiều thẳng đứng,
tôi không biết những bậc thang hẹp dẫn lên
tầng lầu một
nghĩ gì?
lúc người con gái xuất hiện;
cùng khu rừng nguyên sinh của cô
sau cặp kính cận thị.
Minh kể tôi nghe về tiếng đàn,
giọng hát thất lạc:
"vết thù trên lưng ngựa hoang,"
của cánh rừng nguyên sinh ấy.
phần riêng, tôi hiểu
tiếng đàn, tiếng hát kia
là lời cầu xin tuyệt vọng những chiếc móng ngựa
và, một vó câu… đã mất.
(như tật nguyền bẩm sinh loài ngựa sắp
tuyệt chủng.)

3.
kỷ niệm bất ngờ, tuột tay, rớt theo chiều thẳng đứng,
(lúc Hồ Minh Tâm đã bị cơm, áo dẫn độ ngược về Hà Nội.
Nguyễn Khắc Nhượng chờ sớm mai nhập viện,
mổ ung thư ruột già!...)
tôi không biết lũ bàn, ghế ngoài sân căn nhà Bùi Cung
nhón gót, nghiêng tai lắng nghe "em ngủ trong một
                                            mùa đông,"
tìm được gì qua tiếng hát Thụy Long / Mai Khôi?
phần riêng, tôi hiểu
cách gì thì:
"một đời. thôi. cũng thôi!
"một đời. thôi. cũng thôi!"

người con gái đã hất tôi xóng xoải giữa lòng đường,
từ chỗ ngồi phía sau chiếc honda (tay ga, mới) của nàng.
khiến tất cả cây cối, thành phố, mái hiên, hàng quán…
khắp cùng thế giới,
nơi chúng tôi đi qua,
nhất tề đứng lên, chỉ tay, xỉa xói…
chúng nhao nhao hát bài:
"đáng kiếp!"
(bài hát tuột tay, rớt / lăn theo chiều ngang mặt phẳng
                                      lãng quên. xa ngái.)

4.
kỷ niệm bất ngờ, tuột tay, rớt theo chiều thẳng đứng.
tôi không biết thang máy, cửa phòng,
màn nhung, ngọn đèn, nhà tắm… nghĩ gì?
khi bạn tôi mắt tròn, mắt dẹt, lồm cồm ngồi dậy mở cửa
                                                    cho tôi.
lúc đồng hồ treo tường chỉ 1 giờ 15 sáng.
tôi cúi hôn mái tóc. một bên tai nàng.
bạn tôi bất động.
lúc đồng hồ trên tường chỉ 1 giờ 25 phút.

kỷ niệm bất ngờ, tuột tay nằm nghiêng
(như thế nằm quen thuộc của bạn tôi)
rớt / lăn theo chiều ngang sôi, réo tiếng cười của Thắng,
                                        Dung và Tuấn.
cây xăng ngã tư đường Lý Tự Trọng
ngưng thở.
kể các bạn tôi nghe chuyện một người đàn ông luống tuổi
trong bộ dạng nghiêm và, buồn,
gõ cửa phòng mình lúc 1 giờ 15 sáng.

5.
bây giờ là tháng ba.
có dễ những cây me trên đường Gia Long
vẫn bất ngờ, tuột tay, thả rơi kỷ niệm của chúng,
(theo chiều thẳng đứng.)
những người bạn tôi,
đã trở lại công việc, góc riêng của mình.
họ tiếp tục na trái núi đời thường,
trên đôi chân khẳng khiu nứt, gẫy bất trắc.

bây giờ Tường đã đem căn bệnh tiểu đường
lên tới đỉnh điểm 400
về căn nhà hoang Giồng Ông Tố.
Lập cũng ôm đất nước mình về quận Năm.
chờ chết.
(cách của họ).

.
chờ chết, cách của họ,
tôi không biết Dung có trở lại hè đường.
sớm mai. café. hông dinh độc lập, cũ?
nơi những chiếc lá vẫn rơi. mọi người vẫn sống!
tôi chỉ biết Thắng sẽ lại tiếp tục gói / mở buồn riêng
những khuya khoắt không chờ. không đợi.
(một điều gì không nhớ. không quên.)
tôi chỉ biết Tuấn đã trở lại phần mềm
trong hộp cứng / building.
nơi Tuấn sẽ đi hết đời mình
cùng ít, nhiều cố gắng,
thầm lặng
hiến tặng người đôi điều tử tế.

6.
kỷ niệm bất ngờ, tuột tay, rớt theo chiều thẳng đứng,
tôi thấy tôi quay,
những vòng ngược chiều quay trái đất.
tháng ba ngoài niên lịch.
tựa một người chờ chết (cách của y.)
.
Tháng ba tôi,
không hình. không bóng.

(Calif. Mar. 2012)

(*) Ca khúc "Về đi em tôi," nhạc, lời Hà Quang Minh.

bài 60, tân niên

ơn em: cuối cuộc đời tôi
góc hiên che nắng. mái người che mưa.
ơn em: ngọn nến soi thơ
sông chia biển lớn. rừng từ nguyên sinh.

ơn em: dòng suối quên mình,
sáu mươi tám, thể còn hiền chiêm bao.
ơn em: tháng lụn. năm hao,
bấc tim vẫn cháy chỗ thờ phượng, xưa.
ơn em: thơm tho bốn mùa.
khuya ngoan gối cũ. chân chờ… gửi sang.

ơn em: chìm, nổi thác, ghềnh.
rừng lau trắng rụng, đợi đến kiếp sau.
ơn em: bát, đũa tìm nhau,
cọng rau, hạt muối biết đâu chia, lìa
ơn em: nhân loại gần, kề
mừng tôi mưa, nắng đi, về có em!

ơn em. đêm. đêm. giường nằm!
cánh tay: tưởng mẹ. ngực buồn: nhớ cha.
ơn em: một thời quê nhà,
mang theo sông, núi băng qua nghìn trùng.
em: nơi an nghỉ cuối cùng!

(01-01-2011)

tôi thấy dòng sông trong mắt em*

tôi thấy dòng sông trong mắt em
buổi trưa tìm thấy nắng soi gương.
sớm mai tìm thấy hàng cây. gió
buổi tối tìm… tôi trong bóng đêm.

tôi thấy dòng sông trong mắt em
nỗi buồn tìm lại mùi hơi. quen
nhớ nhung neo dưới cành hoa khế
hương tóc thẹn lâu… bàn tay xin.
tôi thấy dòng sông trong mắt em
thanh xuân thất lạc ngọn sầu đông.
mà môi vẫn đỏ mùa ve. cũ.
ký ức ngân từ tôi. hồi chuông.

tôi thấy dòng sông trong mắt em
quê người in vách bóng chim. câm.
đèn hoa trôi giữa đôi vai Huế
cùng với tình-yêu-tôi-xốn-xang.

tôi thấy dòng sông trong mắt em.
con đường treo ngược tháng. năm. đen.
dòng sông đáy mắt, xanh chua xót:
- giục giã tàn phai sớm tận cùng.

(Cali. Jan 2013)

(*) Khoa Nguyễn soạn thành ca khúc.

Những ngày ở virginia với bằng hữu

1.

trở lại Virginia lần này, không có T.
bạn tôi đợi nơi bàn ăn. dưới chùm đèn bạch lạp.
Đinh Cường kể tôi nghe chuyện không thể lái xe sau
                                             tai nạn và,
ảnh hưởng của những cơn buồn ngủ bất chợt.
Nguyễn Mạnh Hùng nói về bài tham luận
Hoàng Sa / Trường Sa của anh
trong cuộc hội thảo diễn ra một tuần trước đó.
bài tham luận của bạn tôi khiến học giả Trung Quốc
                                             nổi khùng
bằng quên phép lịch sự cũng như nguyên tắc ngoại giao,
cao giọng phản đối!!!

tôi kể bạn nghe đêm trước,
tôi có bữa ăn tối với vợ chồng Phó Ngọc Văn.
Văn mới trở lại Houston, sau nhiều ngày hành nghề bác sĩ
                                        ở thành phố khác.
Tasha cũng mới về từ Phi Châu.
(đem theo một cậu con nuôi đen… ròn,
cao nhòng muốn ở lại Mỹ.)
tôi nghĩ sau cú nhảy (không dù) từ tầng lầu sáu xuống đất.
không chết.
bạn tôi lo xa?
lỡ có phải lại nhảy không… dù
thì cũng sẽ ở một không gian khác?

2.

trở lại Virginia lần này, không có T.
chúng tôi uống vang và chúc mừng nhau,
sức khỏe.
đôi lúc, im lặng.
mỗi người đuổi theo hay, ẩn nấp trong căn hầm kỷ niệm.
bóng tối đã phủ kín khu rừng (vườn sau) của bạn tôi.
tôi không thể biết những pho tượng còn đó?
con suối khô còn đó?
hàng cổ thụ còn đó?

sương mù hay, mưa nhỏ giới hạn tầm nhìn vốn cận thị của tôi.
nhưng tôi biết, nếu có T.,
T. cũng sẽ chẳng thể ghi vào ống kính,
nắng ong mật và, những ngọn phong đổi màu.
mùa đông Virginia. buổi chiều
(Vũ chở tôi từ phi trường về ngôi nhà ở cuối đường
                                        Wynford, Fairfax)
nó triển lãm những rừng phong chập chùng...
xương. trơ.
vài chiếc lá sót lại, treo hững hờ trên cành thấp,
nói với tôi mùa đông năm nay, Virginia, tới sớm.

3.

trở lại Virginia lần này, không có T.
không nhiều người!
Lê Văn. Nguyễn Văn Phán. Nguyễn Anh Văn…
đã bỏ Virginia.
chỉ tôi trở lại với hy vọng tìm thấy mình.
tôi muốn gặp lại tôi những năm tháng đầu thập niên 1990
khi T. còn kẹt giữa Saigon.
mùa đông. đêm trắng.
Lộc phải chở tôi đến trạm điện thoại công cộng.
thư và điện thoại là thực phẩm của T.,
thời điểm đó.

tôi cũng muốn gặp lại tôi, cũ:
1982.
một số bằng hữu tôi ở VOA và, World Bank
muốn tôi dùng thơ gõ cửa Virginia.
khi được mời phát biểu,
tôi nói, nếu Kim Chi có mặt,
xin nhận ở nơi tôi lời xin lỗi dẫu muộn.
hoặc ai đó quen biết Kim Chi,
làm ơn chuyển tới nàng:
hổ thẹn tôi bao nhiêu năm dấu kín.
không chủ động,
nhưng tôi hiểu tôi là nguyên nhân sâu xa
đưa tới sự lỡ làng một đời thiếu nữ.

khi Kim Chi từ Pháp, quyết định bỏ gia đình qua Virginia
ở với người bác. Thành phố Rockville. cho dễ gặp nhau!!!
(chấm dứt những ngày trông thư. hồi hộp.
nghẹn ngào điện thoại…)
tôi chỉ được Kim Chi thông báo ít ngày
trước khi nàng lên đường.
giống như con chim quyết định bỏ tổ ấm
bay vào giông bão!
cuộc tình của chúng tôi bắt đầu khoảng giữa 1976.
lá thư đầu tiên.
kế tiếp.
và, những cú điện thoại từ Pháp…
hình ảnh Kim Chi, kính cận.
hốt hoảng, nằn nì muốn khóc
mỗi khi nhận được thư tôi mà, cặp kính cận của nàng
lại bị các em dấu mất…

tôi nhớ những lá thư hân hoan. sáng. nhòe hạnh phúc
viết từ "Thành Phố Đá Rơi"
(tên gọi khác tôi đặt cho Rockville trong tùy bút của mình.)
thưa thớt dần...
cho tới khi không còn một lá thư nào
mang con dấu Rockville. Virginia
giống như Virginia (khi tôi trở lại không có T.)
mùa đông hái nốt những chiếc lá cuối cùng còn sót
trên những cây phong (nhiều cành đã gẫy!)
đó là thời gian tôi chọn cho mình sự im lặng.
hiểu theo nghĩa tôi không còn ở địa chỉ cũ
(hoặc đã chết!)
cách gì khác hơn?!?
như tôi đinh ninh Kim Chi không đọc được
những điều tôi viết xuống.
nhưng hề gì
khi sống là chôn lần mình bằng ít, nhiều oan khuất.
.
tôi vẫn nghĩ mấy ai giữ được thăng bằng
khi đặt chân lên sợi dây giăng giữa hai đầu sinh / tử!
cũng như tôi chấp chới giữa đời này!

4.

trở lại Virginia lần này, không có T.
không có Chử Bá Anh. Nguyễn Thanh Hoàng.
Văn Phụng. Nhật Bằng. Ngọc Dũng. Giang Hữu Tuyên,
                                            Phan Nguyện…
họ đã tới một nơi chỉ riêng họ biết.
tôi hiểu, sống để làm chia, ly
nhưng chắc gì chết sẽ cho ta đời khác!?!

5.

trở lại Virginia lần này, không có T.
buổi sáng ngồi với Nguyễn Thế Toàn ở Phở Xe Lửa.
khu Eden vẫn vậy.
những con hải âu liệng đôi cánh chĩu nặng bầu trời xám,
trên bãi đậu xe tìm thực phẩm.
chủ tiệm méo mặt
khi chủ phố gia tăng tiền thuê với tốc độ phi mã.
chúng tôi cố tình không nhắc tới những người vắng mặt!

Thịnh Mù, mới về Việt Nam.
Võ Thành Nhân, Nguyễn Văn Khanh tất bật
trên những tuyến đường có khoảng cách nhiều tiếng đồng hồ.
họ thao tác nghiệp vụ truyền thông: chính trị thủ đô điên đảo
chóng mặt.
Lê Thiệp "du hành" giữa những bảng hiệu phở 75 của chàng?
cánh nhà báo một thời có bàn riêng ở Xe Lửa
cũng tan tác về những nẻo đường nhếch nhác!
khi lệnh cấm hút thuốc lá ban hành,
và số lượng quảng cáo khốn đốn!

tôi cũng không nghĩ sẽ được gặp hai người mà tôi rất quý:
Trương Anh Thụy. Nguyễn Ngọc Bích
những người cuối cùng (?) muốn là chim đậu Cành Nam,
tổ hợp xuất bản miền Đông.
và, Nguyễn Hữu Trí, Như Hạnh, Phạm Trọng Lệ,
những người từng cho tôi nhiều niềm vui bất chợt.
tôi không nghĩ sẽ gặp lại Phạm Nhuận
tay chơi một thời Việt Nam
kéo dài nhiều năm Montreal. ngất ngưởng.
hàng quán.
rôm rả bạn bè.
chói chang đèn khuya.
rượu xối xả..
vẫn không khâu nổi miệng nỗi buồn
vong thân. thất lạc.

bây giờ Virginia đã cho bạn tôi cái tạp dề?
chỗ đứng ké né sau lưng bếp chính?
trong một nhà hàng ở giữa DC?
tôi không thể hình dung bạn tôi, mỗi đáy khuya
trở về ngôi nhà ở Maryland, trên chiếc xe xộc xệch
bạn tôi nghĩ gì? thấy gì?
đời mình? đời khác?
tôi không biết anh Bùi Cửu Viên (đôi khi có cả Hồng Thủy)
cuối tuần còn ghé phở Xe Lửa?
khi Đỗ Hùng đã bỏ Virginia về Houston dưỡng bệnh.

tôi cũng không nghĩ tôi sẽ được gặp lại Trương Vũ.
gần đây, bạn tôi bỏ viết để vẽ.
những bức tranh tâm cảm. đi ra từ nhiều thao thiết quá khứ
và những ngày xấp / ngửa quê người.
cũng vậy! thật thế! cũng vậy!

tôi không biết chị Hòa, người bạn đời một thời
của Nguyễn Văn Phán,
khi giã từ cuộc sống,
có đem theo khẩu súng ngắn? giấy hôn thú với bạn tôi?
những ngày ở Springfield với bạn,
mỗi lần chị về thăm
tôi lại bị ám ảnh hình ảnh chị ngồi xe Jeep (có cần câu)
ra Huế.
về tận Chợ Mai tìm J. (theo lời kể của T.)
với khẩu súng và, giấy hôn thú…
(tôi không rõ chị có biết tôi là đầu giây mối nhợ
của cuộc tình giữa J. và Phán?)
chỉ nhớ, chị từng hỏi
phải tôi có ý định sẽ viết lại chuyện tình
giữa bạn tôi và Tuyết?
tôi đáp "không"
vì thấy mình chưa đủ khả năng để viết về cuộc tình nắng /
                                  mưa thất thường đó…)

ngồi với Toàn. sáng. trưa. chiều. tối.
giữa những khoảng lặng
tôi còn nhiều câu hỏi…
những câu hỏi Virginia từ chối trả lời!
nó chỉ cho tôi cái lạnh gần không độ.
mưa phùn. và,
những con hải âu liệng đôi cánh trĩu nặng bầu trời xám,
trên bãi đậu xe tìm thực phẩm.

6.

trở lại Virginia lần này, không có T.
tôi cũng tìm thực phẩm cho mình.
Nhưng chỉ gặp nỗi buồn như những lưỡi dao bén ngót,
liếc qua, lại trên thịt-da-tâm-hồn tôi đang từng ngày cạn, máu.
.
sống là xâm thực chính mình (luôn chiếc bóng!)

7.

trở lại Virginia lần này, không có T.
buổi tối cuối cùng trước khi về lại Cali,
nơi bàn ăn. dưới chùm đèn bạch lạp
ngôi nhà cuối đường Wynford, Fairfax,
chúng tôi lại nâng ly chúc nhau, sức khỏe.
Nguyễn Đức Liêm kể những ngày đánh cá ở Alaska
nhưng việc chính là mang theo cần sa
bán cho thủy thủ lênh đênh nhiều tháng trên biển
và, chất vấn Nguyễn Mạnh Hùng về những mối liên hệ
                rối rắm với phụ nữ của bạn tôi.
Đinh Cường tìm thấy tranh (cùng thơ) giữa hơi rượu?
                              tiếng ồn?

Lê Vũ, "lưỡng quốc trượng phu" cười, vui cuộc đời gà trống
                                                           nuôi con.
Nguyễn Tường Giang nói về được, mất và những ngộ nhận
chung quanh các nhân vật dòng họ Nguyễn-Tường.
tôi cúi xuống ly café sóng sánh bọt của mình,
thấy chuỗi hạt buồn / vui
quấn quanh cổ bằng hữu.
(thẻ nhận dạng để không lầm người này với kẻ khác?)

8.

trở lại Virginia lần sau không biết có T.?
như tôi không biết bạn tôi còn Xe Lửa?
hay phi thuyền thời gian sẽ chở Xe Lửa của bạn tôi tới một
                                             chân trời mới?
như nó đã và, sẽ chở bằng hữu, tôi,
(những người hơn một lần in dấu chân trên mặt đất này)
tới chân trời tan tác khác?!?

(Calif. Dec. 17-2012)

trước khi thành quá muộn*

cảm ơn em yêu dấu!
những ngày sống bên nhau.
em dịu hiền con suối,
theo tôi vào đời sau.
đêm nao rừng tóc, thơ,
bảo dưỡng tôi thuở đó.
.
cảm ơn em yêu dấu!
những ngày sống bên nhau,
em, vui phần khánh kiệt.
những mùa mưa xanh xao,
ta không một mái nhà,
vòng tay em vẫn, biếc.
.
cảm ơn em yêu dấu!
những ngày sống bên nhau,
em, từ tâm. tội nghiệp!
biển. gập ghềnh. vực sâu.
hải đăng. người chói lọi,
soi tìm tôi mỗi khuya.
(miệng mím chặt buồn. đau.
môi vẫn cười. thao thiết!)

.
hôm nay tôi thả tôi
chìm. sâu. trong mắt ấy.

.
hôm nay tôi bảo tôi
cách gì rồi cũng hết!
hãy cảm ơn cuộc đời:
- em và tôi, đã một.

.
yêu dấu, ngay phút này,
tôi ngỏ lời ơn em
trước khi thành quá muộn!

(Calif. Jan. 1st - 2013.)

(*) Khoa Nguyễn soạn thành ca khúc.

tôi trôi theo tôi-con-sông*

tôi đi xuyên qua đêm. mưa
thấy trong lục bát buổi trưa em, về.
tôi đi xuyên qua lời thề,
thấy tôi thơ ấu bèo nhèo chiến tranh.
tôi đi xuyên qua màu xanh
thấy trên khung vải nổi gân nỗi buồn.

tôi đi xuyên qua mùi nhang,
thấy như buổi sáng điệu đàng… vết thương.
tôi đi xuyên qua cội, nguồn
thấy em. thương lắm. chọn nhầm tôi. hư!

tôi đi xuyên qua đời sau,
thấy em kim, chỉ chờ nhau, mỏi mòn.
tôi đi trở ngược thời gian,
thấy em bé xíu. thuở còn… ngậm ti.
tôi đi xuyên qua giấc mơ,
thấy ồ! sáu chữ cũng vừa… bảy mươi!
tôi đi xuyên qua cuộc đời
thấy như lục bát thôi nôi từng dòng.
.
tôi trôi theo tôi-con-sông…

(Nov. 2012)

(*) Trần Dạ Từ soạn thành ca khúc.

54 Bài Thơ
Chưa Hề Có Trong Sách

2013-2015

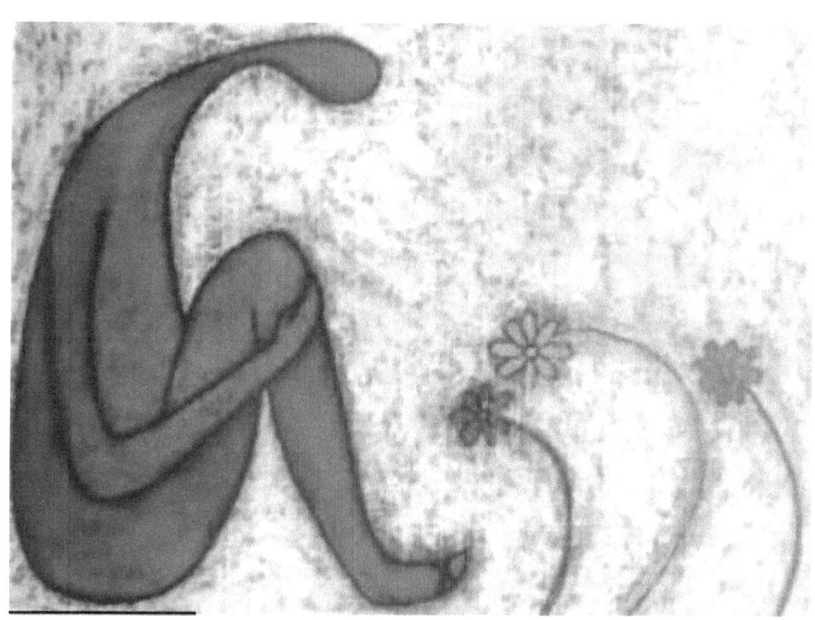

Phụ bản - Lê Thiết Cương

MẸ ĐÃ XA VÀ, AI SẼ QUÊN?!!,

khi người ném trả đời cho bão táp,
tôi chọn cho mình một bến sông.
khuya khua vỡ bóng cây chung nghiệp.
vũng tối trôi cùng tôi / biển đông.

khi người ngửa mặt neo thương tích,
tôi chọn cho mình đêm. thủy tinh.
tóc thơm hương cũ. môi tiền kiếp.
nước mắt không màu / tôi / chảy nghiêng.

khi người đứng trên triền dốc / ngược,
tôi chọn cho mình: tâm tịnh yên.
thời gian sẽ lắng như trầm tích.
ký ức tôi: bầu ngực thiếu niên!

khi người chở buồn xuôi. cuối mắt,
tôi chọn buôn hàng chuyến: nỗi đau.
đường xa, ai gánh sầu tôi / mỏi?
khung vải lên màu nâu. xót nhau!

khi người chọn lửa. rừng nguyên thủy
tôi nhớ cội nguồn tôi là chim.
trở lui. tôi thấy tôi thân thiết:
- quỳ dưới chân người: môi / mắt / riêng.

khi người chọn làm cơn lốc / dữ,
thơ ấu tôi là tâm bão / lên.
ngỡ em cúi xuống. em như mẹ (?)
- mẹ đã xa! và, ai sẽ quên!?!

KỶ NIỆM KIỄNG CHÂN SOI..., (*)

thả nốt những giọt-tôi,
ngang đời mưa yếu đuối.
kỷ niệm kiễng chân soi
trong mắt người. gương mới.

thả nốt hạt lệ-tôi
giữa môi cười giả dối.
cuối cùng mọi niềm vui
cũng chỉ như đá. sỏi.

thả nốt cảnh, tình-tôi,
xuống vai người phút cuối.
chăn, gối buông mình rơi
theo nỗi buồn níu. gọi.

thả nốt nhớ, quên-tôi
trên ngực-đời hấp hối.
tìm nhau. không một lời.
vô nghĩa thôi! tiếng nói.

thả nốt thân, tâm-tôi
cho những quầng cát. bụi.
mai sau cuối chân trời,
tôi gặp tôi trở lại?

(2013)

(*) Tịnh Hiếu soạn thành ca khúc.

VALENTINE-DAY. TÔI. MỘT NGÀY KHÁC,

có thể em không biết,
cùng valentine-day, trở lại,
sáng nay, từ quán café
trên đường về,
tôi thấy một thiếu phụ Mễ thất thểu
vừa đi, vừa nhiều lần đưa tay chùi nước mắt!
nhớ hai ngày trước đó,
tôi dừng xe hơi lâu ở ngã tư Westminster - Brookhurst
lục túi tìm tiền biếu một người đàn bà da trắng cầm bảng ghi:
"thất nghiệp! cần thực phẩm!"
lúc đèn đã chuyển xanh.
ai đó, nơi xe sau
(nhiều phần Việt Nam)
bấm còi chửi tôi,
giận dữ!!!

.
có thể em không biết,
cùng valentine-day trở lại,
khắp địa cầu
(ngay trên đất nước của chúng ta)
cũng có biết bao thiếu phụ,
biết bao trẻ thơ,
vừa đi, vừa nhiều lần đưa tay chùi nước mắt. như thế.
cũng biết bao
phụ nữ, đàn ông (như em. như tôi)
thất nghiệp! cần thực phẩm!
.
có thể em không biết,
cùng valentine-day trở lại,
là thời gian nhiều bằng hữu ta ở miền đông bắc
(như Trần Thu Miên)
phải di tản khỏi căn nhà của họ
vì bão tuyết!
tôi không biết giờ này những người bạn của chúng ta đã
                                                                     trở về?
liệu họ có tìm ra tổ ấm của mình trong biển tuyết?

.
có thể em không biết,
cùng valentine-day, trở lại
ở Saigon,
Nguyễn Khắc Nhượng mới gửi lại nửa lá phổi của anh
cho nhà thương.
và, hàng ngàn bệnh nhân
không ngày mai
nơi các hành lang bệnh viện.
.
có thể em không biết,
cùng Valentine-day, trở lại,
Đức Giáo Hoàng Benedicto 16
đã cử hành thánh lễ cuối cùng của ngài
ở thánh đường St. Peter.
thứ tư.
lễ-tro.
đánh dấu ngày đầu tiên mùa chay
trong nước mắt hàng ngàn Ki-Tô-Hữu…
.
có thể em không biết
cùng valentine-day, trở lại
thống kê mới nhất cho biết
70,000 người dân Syria vô tội
tử thương sau gần 2 năm nội chiến!..!
và, Tây Tạng
(nơi có nóc nhà thế giới)

cũng mới ghi nhận người thứ 100
tự thiêu
trong vòng hai năm
nhằm tố cáo âm mưu Trung Cộng xóa sổ dân tộc họ!
.
có thể em không biết
cùng valentine-day trở lại,
nguyên-đán của chúng ta cũng sắp qua.
riêng tôi,
buồn biết bao!
khi trên chiếc bàn thờ khiêm tốn
cùng ảnh anh tôi
(bị máy bay Pháp bắn chết mồng ba Tết. 1951. Nho Quan)
là ảnh Huyền Châu
chết đúng một năm
(kể từ mồng một Tết năm ngoái!)
.
Nhưng, dù sao, yêu dấu,
tôi vẫn thấy cần phải nói:
"Cảm ơn em!
"Cảm ơn cuộc đời!
"cảm ơn những người đã chết
"Cho tôi có thêm được một ngày:
"Tình-Yêu-Vô-Lượng."

(Feb. 13. 2013)

DỐC NGƯỢC ĐỜI SAU: ĐI TÌM NHAU,

tôi lên men nhớ. môi đời trước.
chim bỏ đường bay. tôi mất tôi.
trắng phau sông. tóc. tâm truy cập
ký ức trẻ thơ: mẹ. sớm mai!

tôi lên men gió. cây từ chối.
một lần vai áo. đẫm đêm sâu.
vòm khuya chia lá. đường ken tối.
dốc ngược đời sau: đi tìm nhau.

tôi lên men nắng. mưa hành khất.
cúi xuống hôn mình. em động tâm.
nuôi tôi thương tích. vun oan nghiệt.
trưa chẻ đôi dòng: không tháng. năm.

tôi lên men tối! tay tê liệt!
những ngón nuôi tình. xưa. góc riêng.
nghiêng đêm. trăn trở. vai ân, nghĩa.
khúc cuối đời: xin em ngủ yên.

(Mar. 14.2013)

HÃY NÓI VỀ CUỘC ĐỜI,

tôi mới trở lại nơi…
không còn dấu vết nào thời tuổi trẻ
nơi, Huyền Châu từ hai năm qua
đã chìm, lẫn giữa những hũ sành chùa Tiên Long, Gò Vấp.
nơi, buổi sáng vẫn hối hả cháy cùng nắng trưa
và, buổi chiều sốt gần trăm độ
bước lên toa tàu bóng tối
dù đêm không một lời
ngoài tiếng nghiến rợn trên đường ray tôi ác mộng.
tôi không biết cuối cùng,
Huyền Châu có gặp lại con dế
chọn đời khác
từ cái chết?

.
tôi mới trở lại nơi...
Hồ Minh Tâm thả mình rơi không dù
giữa vùng oanh kích tự do
của tiếng hát M.
tiếng hát mài sắc thêm
những đỉnh nhọn Rocky Mountain
tiếng hát không trang bị. không mang theo điều gì:
ngoài chính nó.

.
tôi mới trở lại nơi...
Lê Thánh Thư treo những bức sơn dầu xám
và, những vết cứa như gân
vượt ngoài khung vải.
tôi không biết có phải Thư muốn hiến dâng thượng đế
- một Kinh Lạy Cha
- mười Kinh Kính Mừng
- một Kinh Sáng Danh
khác?
hay nỗi buồn riêng, giẽ ngôi mái tóc bờm ngựa của Thư
       thành đôi bờ sinh, tử?

.
tôi mới trở lại nơi...
Nguyễn Khắc Nhượng vừa trải qua ba cuộc giải phẫu
(mỗi lần cách nhau ít tháng.)
buổi sáng ngồi lề đường với Đoàn Thạch Hãn,
Nhượng kể mỗi ngày bốn lần tọa thiền
bốn lần gõ cửa hư vô?
đợi, chờ đổi kiếp?

.
tôi mới trở lại nơi...
tác giả "nấm mồ trên ngực phải"
Trang Ng.
thay áo thiên nga
nhờ hóa chất và, vật lý trị liệu?
tôi nói:
ô! Trang Ng. mới xinh, đẹp làm sao!
xinh, đẹp như sự sống.

.
tôi mới trở lại nơi...
Đa Mi từng cho tôi những phút nín, lặng. núi.
những trang văn xuôi Đa Mi
không ngừng liu điu đốm lửa dò, tìm từng phần
khuôn mặt nhiều đời nát bấy.
tôi không biết,
là người đốt những ngọn nến liu điu kia,
Đa Mi thấy gì từ chỗ ngồi vây quanh, mỗi ngày một
                                   thêm quá nhiều ghế trống?
tôi kịp giữ lại. không nói với Đa Mi:
- đời sống không chỉ quay theo trục vòng tròn.
đôi khi nó cũng lăn theo trục thẳng hay nghiêng
như tổ quốc đáy sâu.
mà, mỗi chúng ta (cả chết lẫn sống)
là những múi thừng
thả hoài. thả hoài. thả hoài. thả hoài...
vẫn chưa chạm đáy!

.
tôi mới trở lại nơi…
những ly rượu phạt.
những ly rượu dứt khoát không cho Bùi Cung nghỉ hưu.
những chiều, một mình,
Cung bị khảm sâu trong bóng hình đã xa quá đỗi.
bóng hình Trịnh Công Sơn. bóng hình Bảo Phúc…
mỗi vắng mặt là những bậc thang cao thêm. cao thêm.
cao thêm…
trong trái tim - thời gian - lao lung - kỷ niệm.
tôi kịp giữ lại. không nói với Cung:
- cách gì, mỗi chúng ta cũng chỉ là những con vật
sinh ra để sống đời thất, tán.
hay, chúng ta đã chia ly
từ vú mẹ.
tôi không biết khi tôi viết những dòng chữ này,
Bùi Cung đang ở đâu? làm gì?
khi tâm bão một đời Bùi Cung
là bằng hữu và, những mất mát tấy, sưng
từng tế - bào - quá - khứ.

.
tôi mới trở lại nơi…
Trương Anh Tuấn "Mềm" mỗi tuần đã dành ít giờ cho
sinh viên Bách Khoa
tôi tin nhiều phần sinh viên không biết:
mưa, gió Pleiku, núi, rừng đất đỏ
gieo hạt đầu đời cho thầy Tuấn "Mềm" làm vốn.

thứ vốn liếng tưởng chừng vĩnh viễn,
đã sạt, lở
như niềm đau khuếch tán theo những cánh rừng
lần hồi biến mất!
và, gió đã mồ côi,
mưa bơ vơ. góa bụa.
.
tôi mới trở lại nơi…
Huỳnh Quang Vũ, buổi chiều
giới thiệu với tôi thầy Dũng của Vũ.
Dũng kể, Dũng là đời thứ ba (sau ông nội và cha)
thuộc thơ tôi.
đó là lúc bóng tối đã choàng thêm lớp áo đen cho bầy sáo
đường Phạm Hồng Thái của Hà Quang Minh.
tôi không biết có phải bóng tối
xúi bẩy bầy sáo cất tiếng tìm Minh
giữa bầy ong động tổ phố xá?
những con ong lớn, nhỏ tật nguyền.
đó là lúc mỗi ngày
tôi bị chặn lại. bị đeo dính bởi hơn một thiếu phụ rất trẻ,
                                      bồng con.
họ dí sát mặt tôi vài món hàng lặt vặt.
khi tôi cảm ơn. xin lỗi không có nhu cầu…
lập tức, cùng một giọng, một điệu.
họ nói:
"…xin vài ngàn mua sữa cho con…"
tôi kịp giữ lại. không nói với Dũng:

hạnh - phúc - là - xấu - hổ - tôi
vì, những câu thơ thất lạc, một đời nọ,
không thể biến thành dù chỉ một vẩy đường
cho những đứa trẻ thiếu sữa
ngần ngặt khóc giữa đôi tay củi khô người mẹ.
những người mẹ còn nhận ra con mình
nhưng, dường không thấy được chính họ!.!.
.
tôi mới trở lại nơi…
Lê Công Trực, bảo vệ khách sạn
nói với tôi về lòng tự trọng
và ngay thẳng cần thiết (trong cả tình yêu)
tôi không nghĩ Sài Gòn hôm nay còn dành chỗ cho
                      những điều tương tự!
dù qua cặp kính cận khá dầy của Trực
tôi vẫn thấy gió biển Lagi, Bình Thuận
mặn mà, thơm như thuở Trực chưa tới hai mươi.
nhiều đêm lên lại phòng mình,
tôi tự hỏi Trực sẽ giữ được bao lâu
gió biển Lagi / Bình Thuận ấy?
.
tôi mới trở lại nơi…
được nghe Đình Phú, Hà Dũng hát một số ca khúc của
                                        Hà Dũng

Phi Long rủ tôi đi ăn phở gà Hàm Nghi cùng Bùi Cung.
khi ông xẩm được bà vợ dắt tới bàn chúng tôi,
bất ngờ ông hát:
"hãy nói về cuộc đời/ khi tôi không còn nữa…"
Phi Long bảo ông xẩm khiếm thị thuộc ca từ bài hát này
hơn... Hà Dũng…
chúng tôi cười. nụ cười nhập nhoạng bóng đêm và ánh đèn!
H. Tuyền nhắc tôi biếu ông khoản tiền.
giữa lúc tôi ôm đôi vai xương gà của ông,
những ngón tay ông… (có mắt?)
thẩm định mệnh giá tờ giấy bạc.
tôi kịp giữ lại. không nói với ông:
- hiểu một nghĩa nào,
ông may mắn hơn tôi
(người còn đủ hai mắt)
.
tôi mới trở lại nơi…
bạn tôi dự tính biến mình thành ngọn đuốc
như báo đền cuối cùng cho đất nước.
một đất nước từng cưu mang,
đồng thời ruồng rẫy bạn tôi.
tôi kịp giữ lại. không hỏi bạn:
- Liệu ngọn lửa thịt, xương
giúp được ai thức tỉnh?

.
tôi mới trở lại nơi…
H. Tuyền phát hiện cục bướu bên ngực phải.
khi H. Tuyền cầm tay cho tôi chạm vào cục bướu,
tôi cảm được điều Tuyền và, cục bướu giữ lại…
tôi cũng thấy không cần thiết phải nói:
- dù xét nghiệm có kết luận bướu ác tính,
thì cũng chỉ góc nhỏ.
trong khi khắp cùng thân thể dân tộc ta,
góc nào không ác tính?
.
khi trở lại nơi…
chỉ tôi biết
tất cả đã không thuộc về tôi!
chúng là
tro, cốt khác!
tuy nhiên không như Tuyền,
tôi vẫn muốn nói với bạn-tôi:
- hãy sống
- tử tế.
- tốt tươi.
- từng phút.

(April. 2013)

CHẲNG KHÁC CHI NHỮNG LỜI CHÚC DỮ!.!,

như đom đóm sống bằng đốm lửa của chính nó,
chiêm bao thắp sáng tôi,
bằng thực phẩm lãng quên, đen.
em nuôi nấng tôi,
bằng hạnh phúc, lợ.
đêm mưa, nhỏ.
cánh tay gửi sang tôi,
(như cây cầu bắc ngang phần đời sắp tắt).
bàn chân gửi sang tôi,
(cất tiếng hỏi, đoạn đường chúng ta thất lạc?)
những ngọn lá-khảm-chín-ngậm-ngùi
cháy trên ngực em. buồn tôi. gió chướng.
.
như đom đóm sống bằng đốm lửa của chính nó,
chiêm bao rủ tôi về:
- cánh rừng thôi gió.
- biển thôi xanh. (và)
- núi sớm vạt đầu.

.
tôi hỏi chiêm bao:
- nhớ sớm mai lụa mượt?
những con đường hớn hở đánh tráo tương lai
bằng hàm hỗn quá khứ, chết?
khi chúng ta tìm nhau.
thành phố dộng ngược.
khối thuốc nổ làm từ ấu thơ em
đớn đau kích hỏa!
(không một ai, ngay em,
biết tôi đã khóc!)

.
đám táng giữa không trung.
mỗi người trối một tự tình khúc,
bằng những chiếc kèn tưởng tượng của mình!.?

.
chiêm bao trả lời tôi:
- không nhớ. không nhớ. không nhớ.

.
có phản bội nào không bước ra từ lãng quên?
(mà, thường là những lãng quên, lớn).
như người chối bỏ mình.
hy vọng (toan tính?) trở thành kẻ khác.
với chiêm bao và, những con đom đóm (cũng) khác!

.
như đom đóm sống bằng đốm lửa của chính nó,
chiêm bao rủ tôi về:
thân thể em.
khắp cánh rừng / mưa / cổ tích /
cô công chúa ngủ, chờ được đánh thức.
nhưng tôi, em (và, nhiều người nữa) biết:
sự thực,
chẳng có công chúa, hoàng tử nào!
chỉ có tôi và em.
chúng ta cùng thức dậy
với cánh tay quay về, từ biển
xóa nỗi buồn tổ tông
để tinh khiết tóc em gác cao níu, gìn
vết thương đầu. cấp tính.
nhiệt-đới-vai-sầu-riêng.
chôm-chôm-môi-mặt-trời.
ngực em. hoa bưởi. bưởi hoa. hoa bưởi
thơm tho biết bao từng vùng. từng vùng.
từng vùng.
kín bão.

.
chiêm bao hỏi tôi:
- nhớ giọt lệ chia đôi?
như cánh tay duỗi dài trở về với biển
mà, mắt ai, còn gửi lại núi non người?
.
tôi trả lời chiêm bao:
- ký ức tôi dao sắc
(mượn từ em)
đã kết liễu tôi ngay lần gặp em (kiếp trước).
thuở đom đóm chưa sinh.
và, chiêm bao cách gì,
cũng chẳng khác chi những lời chúc dữ!.!

.
em,
cứ gửi tay sang.
ngay khi nó có là cây cầu bắc ngang phần đời sắp tắt.
em,
cứ gửi chân sang.
dù chân cất tiếng hỏi:
- những đoạn đường đời sau, chúng ta vẫn còn thất lạc?
và, những ngọn lá-khảm-chín-ngậm-ngùi
vẫn cháy trên ngực em. đã xa. buồn tôi. gió chướng...
.
nhưng, tôi tin
vẫn mãi nồng nàn:
- chiêm bao phản trắc!?!

(May 2013)

EM CẦM TAY BUỒN: GIẢ ĐỊNH TÔI,

và, Đức Hiển.

em đi dội nắng Nazareth
ngọn tóc nâng bình kinh phúc âm
một mai chim bỏ bùa cho… gió
kỷ niệm tu cùng tôi, vết thương.

em đi dội nắng Nazareth
môi gửi tình trên ngón ngủ yên.
cây treo ngược lá. thời gian nhớ:
- đêm và, tôi ôm em sau lưng.

em đi dội nắng Nazareth
ngực người bìu ríu tôi-trẻ-thơ
tháng Năm cháy tiếp mùa thương khó
hiệu ứng tầng sâu: em-đời sau.

em đi dội nắng Nazareth
rừng nghiêng đầu nghe chiều thôi! trôi.
khuya quàng vai gió: che ly, biệt
em cầm tay buồn: giả định tôi (!?!)

em đi dội nắng Nazareth
định mệnh vô tình: định mệnh đôi.
nước theo gấp rút nghìn chân lũ.
tôi ngồi. nghe được… tóc em rơi!

(May 25 2013)

TÔI NGHE THỊT / DA MÌNH RÁCH. TOÁC,

có thể bạn không biết,
buổi sáng rỗi hơi, chẳng biết làm gì!
nó móc tim ra chơi.
mặc cho kỷ niệm vầy vọc hai tâm thất.
nó hỏi tôi có vui?
tôi nghĩ tốt nhất:
im lặng.
dù những con cockatiel hối thúc tôi nói đi. nói đi. nói đi!?!
tháng sáu đỉnh cao?
tháng sáu vực sâu?
tháng sáu đỏ bầm vết nứt chia ly?
tháng sáu tọng đầy bụng sỏi, đá, rác rến (luôn cả thịt nhúng
                                           và, tử thần)…
rồi hả hê thấy tôi vào bệnh viện.

có thể bạn không biết,
buổi trưa rỗi hơi, chẳng biết làm gì!
nó móc tim ra chơi
khiến cây lý góc vườn xanh mặt,
nhắm mắt!
nó hỏi tôi có vui?
tôi nghĩ tốt nhất:
im lặng.
dù bức tượng cuối sân
nhắc nhở tôi nói đi. nói đi. nói đi!?!
khi nắng / mưa đời xé tơi, rồi xào / nấu tôi,
với bột ngọt tỵ hiềm / nhỏ nhen / phỉ báng / chụp mũ...
tôi ăn, nuốt chính tôi,
(cùng nỗi buồn T. nhiều tuần qua).
tôi nghe thịt / da mình rách. toác!

.
có thể bạn không biết,
buổi chiều rỗi hơi, chẳng biết làm gì!
nó móc tim ra chơi.
rồi cãi nhau điên cuồng với mấy con chó
nó hỏi tôi có vui?
tôi nghĩ tốt nhất:
im lặng.
dù bức tranh bị những tảng màu sượng trân
đóng đinh trên khung vải,
sặc-sỡ-nhắc-nhở tôi nói đi. nói đi. nói đi!?!
khi hận thù tăng tốc!!!
và, vòng phấn chia cách như dao,
tự mình vạch lấy!

.
có thể bạn không biết,
đêm rỗi hơi, chẳng biết làm gì!
nó móc tim ra chơi.
rồi xẻ dọc ngậm ngùi,
làm đường cho thời gian đuổi / xô nhau miết. miết.
nó hỏi tôi có vui?
tôi nói,
già rồi!
trái tim chỉ cho tôi dấu hỏi!.!

(Garden Grove, June 2013)

ĐÊM TẶNG TÔI
THÂN-THIẾT-ĐÓA-THIÊN-THU, (*)

phố đánh cắp từ tôi ngày úm, gió
những con đường gieo hạt nhớ nhung, đen.
hàng cây sớm lạc tìm nhau từ góc phố,
tôi lạc tôi. gặp bóng đứng hoang mang.

ngày đánh cắp từ tôi ngàn tiếng hú,
gọi trăm năm, khoan nhát chém điêu linh.
tâm tồn, đọng bao mặt trời héo, rụng.
tay, chân mù va, vấp gốc chia, tan.

sông đánh cắp từ tôi, mùa trẻ, dại.
đôi mắt nào tước đoạt tháng năm vui?
mọc bát ngát những đời khuya khát, nắng.
sương reo hò! xúi dục núi khoanh tay!?!

đời đánh cắp từ tôi chiều-tóc-mẹ.
em mùi hương một chỗ-rất-riêng-tư.
ai nửa ngực? bỏ ai về với đất?
đêm tặng tôi thân-thiết-đóa-thiên-thu.

(June 2013)

(*) Tịnh Hiếu soạn thành ca khúc.

CHIÊM BAO, GIÓ VÀ, CÕI KHÁC,

chiêm bao mở cửa cho gió lạnh dắt tay tôi ra khỏi nó và,
bệnh viện, trắng.
hành lang, trắng.
rừng bạch đàn, trắng.
ung thư, trắng.
ngực trái, ngực phải, trắng.
chiếc bóng, trắng,
người con gái dưới chân giường,
đăm đăm nhìn tôi, không cười!?!
bàn tay, trắng
(đưa ra. rụt lại…)
tựa đánh đai, be bờ cho khoảng cách trắng?
.
chiêm bao mở cửa cho gió lạnh dắt tay tôi ra khỏi nó và,
cuộc rượt đuổi (mà, tôi là người bỏ chạy), đen.
hổn hển, đen.
tiếng còi hụ, đen.
nghĩa trang, đen,
mẹ tôi đưa võng trên đám bia mộ dựng đứng, đen.

chiếc bóng, đen,
người con gái dưới chân giường,
đăm đăm nhìn tôi. không cười!?!
giọt lệ, đen tựa đánh đai,
be bờ cho chiếc bóng?
.
chiêm bao mở cửa cho gió lạnh dắt tay tôi ra khỏi nó và,
mưa, xám.
quan tài, xám.
tôi nằm nghiêng, chen chúc thi hài, xám.
bạn tôi, xám.
già, trẻ, xám.
chuông, mõ cầu siêu, xám.
ngôi nhà lưu niệm, xám.
những bức tranh bước xuống từ bốn vách tường (nâu)
tự trầm trong hồ nước, xám.
con cocaine mù gửi vào đêm tiếng kêu, xám.
chiếc bóng người con gái dưới chân giường,
đăm đăm nhìn tôi, không cười!?!
tuyệt vọng, xám, tựa đánh đai,
be bờ cho cách biệt mơ hồ giữa sống / chết?
.
chiêm bao mở cửa cho gió lạnh dắt tay tôi ra khỏi nó và,
mùng Một Tết.
chiếc xe tang từ nhà xác bệnh viện Grall
ngang qua ngôi nhà, cũ
bến Chương Dương.

quán Biên Thùy.
bờ sông (đã quá lâu không còn ấm cát).
khu ngân hàng, ghế đá.
con đường Yersin.
ngã tư Trần Hưng Đạo / Nguyễn Thái Học.
chiếc xe tang mùng Một Tết,
đã bé mọn, khép nép!!!!
lại càng bé mọn, khép nép hơn.
khi dăm ba khuôn mặt theo sau,
ngơ ngác, thất thần…
không dám khóc!
(sợ nước mắt có thể làm hoen ố niềm vui và, hy vọng phố
phường, mồng Một Tết!?!)
chuyến xe về lò thiêu Gò Vấp,
xuống… hàng. ghi tên. chờ tới lượt…
chiếc bóng người con gái dưới chân giường,
đăm đăm nhìn tôi, không cười!?!
(tựa nụ cười là sở hữu xa xỉ của kẻ khác!)
tôi hỏi:
"phải Huyền Châu?"
chiếc bóng thở dài.
lắc đầu.
quay lưng.
gió lạnh nắm tay,
dúi tôi ngã xấp trở lại chiêm bao
cùng những gì, chỉ riêng mình nó có!

(July 2013)

LÚC TÌNH YÊU HIỆN RA:
NHƯ MỘT NGƯỜI KHÁCH, LẠ,

hãy để tôi kể em nghe,
dù chúng ta sẽ đánh rơi ngày sắp tới.
và hàng cây nhiều phần không nhớ nổi con đường!?!
khi em chảy tiếp những giọt lệ,
từ sớm mai tới chiều:
không cánh cửa mở vào cao ốc.
nơi em thả rơi không chỉ những sợi tóc…
.
hãy để tôi kể em nghe
dù hoa khế thôi nở
giếng xưa đã lấp.
ngõ chợ từ chối mọi dấu chân.
khi ngọn đèn đầu xóm,
không thể tự soi dung nhan chính nó

.
hãy để tôi kể em nghe,
dù con sông nhiều phần không nhớ nổi bến, bờ.
những giải đèn hoa giữa dòng đã tắt.
băng ghế, nhân chứng treo bảng:
"thôi ngóng đợi".
(như tóc thôi xanh. nụ đời cũng héo)
người đi không về.
(tựa em quên nhiều thứ!)

.
hãy để tôi kể em nghe,
dù mùa hạ đã theo tiếng ve, đỏ chân trời khác.
những vì sao
thôi là những nốt nhạc xanh
hát mình ên
lúc khuya khoắt nhốt chúng ta trong căn buồng
chỉ đủ kê một chiếc ghế bố.
tôi chảy nghiêng vào em
vùng thanh xuân một thời thất lạc.
và nỗi buồn lửa khát
lúc chia tay.

.
tôi vẫn muốn kể em nghe,
dù thành phố nhiều phần không nhớ nổi tên mình.
gió oằn vai cõng tôi đi tìm mưa lạc lối.
khi cây cầu không biết nối về đâu.
giữa hai đầu tuyệt vọng!?!
.
hãy để tôi kể em nghe,
chuyện một ngày :
chính chúng ta không nhớ nổi tên mình!
dù cuộc đời vẫn trôi,
tựa không một ai giữa nhân gian này
có mặt.
.
đó là lúc tình yêu
thật sự / hiện ra:
- như một người khách, lạ!!!

(Garden Grove, tháng 7-2013)

NHƯ NÚI ĐÃ CÚI ĐẦU,

đừng ngạc nhiên. đừng la hoảng. đừng thảm thiết
ngày nào, em biết,
tôi đã nhốt giam em trong nhiều trang sách
những con chữ cũng lây cúm tương tư
khi tôi bắt chúng ngày / đêm xưng tụng em
vượt ngoài đường biên nhan sắc.

.

đừng ngạc nhiên. đừng la hoảng. đừng thảm thiết
ngày nào, em biết,
tôi đã nhốt giam em trong túi quần / túi áo
(mọi túi đều trống rỗng
trừ mùi hôi mùi thuốc lá!)

.
đừng ngạc nhiên. đừng la hoảng. đừng thảm thiết
ngày nào, em biết,
tôi đã nhốt giam em trong không gian ảo
cõi hầm chông. phòng triển lãm trưng bày các loại mìn
                             nhỏ nhen / tỵ hiềm / đố kỵ /
nơi hý lộng nhiều loại vũ khí sát thương không tiếng nổ
(hãy mỉm cười. thương người thiểu-năng!
và, ở cùng mặt tử tế nghe em.)
.
đừng ngạc nhiên. đừng la hoảng. đừng thảm thiết
ngày nào, em biết,
tôi đã nhốt giam em trong khuy áo
cởi ra / mặc vào
ngày / đêm đổi thay thời tiết bốn mùa bất trắc
(không loại trừ những lúc cởi ra, vứt đại xuống sàn)
sáng / trưa / chiều / tối /...
lao động cật lực
(mà,) mồ hôi là bản quyền chia đều cho đôi ta...

.
đừng ngạc nhiên. đừng la hoảng. đừng thảm thiết
ngày nào, em biết,
tôi đã nhốt giam em trong cây, lá vườn sau
lá vô tình! tôi cố ý chao nghiêng
thao thiết thân thể nào
góc khuất / kín
nguyện muôn đời em xanh
mặc buồn vàng / gốc nâu / rễ tôi sâu
xâm thực vương quốc ai: trò chơi tay đen / tay trắng
tôi nào còn tay!?.
nhưng nụ cười, thương lắm! vẫn lên hai.

.
đừng ngạc nhiên. đừng la hoảng. đừng thảm thiết
ngày nào, em biết,
tôi đã nhốt giam em trong trí tưởng khật khùng
mùa đuối gió!
mưa nằm ổ đợi sinh cùng bão tố.
em bẹo dạng / đổi tên giã từ bậu cửa?
trả đồng tiền mừng tuổi thuở lên ba.
(và,) buồn tôi tầm tã. tím. trên cao

.
đừng ngạc nhiên. đừng la hoảng. đừng thảm thiết,
ngày nào, em biết,
tôi đã nhốt giam em trong ký ức lắng / im
mình em góc riêng
hé môi
kêu / đòi giải thoát?!?
.
đừng ngạc nhiên. đừng la hoảng. đừng thảm thiết,
ngày nào, em biết,
tôi đã trả tự do cho em kể từ cái chết đầu tiên
khi tôi thấy em lần thứ nhất
dĩ nhiên không thể có cái chết sau cùng
bởi tôi đâu còn nữa!?!
.
như núi đã cúi đầu.
(như núi đã cúi đầu)
mặc sớm mai!?!
mây vẫn hằng trở lại.

(July 29-7-2013)

NHỮNG CHIẾC LÁ KHI RƠI /
NÓI ĐIỀU CHỈ CHÚNG HIỂU,

dường tôi không có được một tiễn / đưa nào nơi sân ga
hình ảnh quen thuộc / một thuở / thi-ca chúng ta.
bây giờ thời đại computer và, vận tốc.
nhưng phi trường vẫn có những quay đi (rất vội)
và ngoái nhìn (chốc chốc)
khiến những con mắt camera phải xin đừng khóc.
kẻ đi / người về
nối lòng nhau bằng hạt lệ không rơi.
.
bây giờ thời đại computer và, vận tốc.
nhưng phi trường vẫn thế.
(tôi tin / cuối cùng / con người rồi vẫn thế
nước mắt hay nụ cười
cũng chỉ là hai mặt của một đồng xu đời này, ngắn ngủi!)
đôi lần tôi trở lại sân bay
dẫm lên bước chân em bỏ lại
những bước chân đã đành không thể nhớ lại nó
nhưng riêng em,
cũng chẳng nhớ chính mình.
tựa năm / tháng mất tăm, ngoài niên lịch.
(để nụ cười rôm rả, lấp lánh đường đi khác?)

.
bây giờ thời đại computer và, vận tốc.
nhưng phi trường vẫn thế.
đôi lần tôi trở lại sân bay
đúng lộ trình ngày nào em đã bước
dù chẳng còn ai quay đi (rất vội)
cũng chẳng ai ngoái nhìn (chốc chốc)
những con mắt camera còn đó
(có phần nhiều hơn)
nhưng đâu còn ai cho chúng cơ hội van xin đừng khóc.
lưỡi dao dĩ vãng đã lắt bỏ
trái tim / tình yêu người đi và kẻ ở.
chỉ còn dăm sợi tóc bạc, tơi
rơi xuống tôi. thời bảy mươi tuổi.

.
(tôi tin / cuối cùng / con người rồi vẫn thế
hạnh phúc hay khổ đau
chỉ là mặt khác một cách nói.

.
như khuya qua
có những chiếc lá khi rơi
vô tình (?) chạm vào cửa sổ phòng tôi
nhắn… điều chỉ chúng hiểu!?!.

(Garden Grove, Aug. 12-2013)

BÀI THÌ, MÀ, LÀ...

thì, tôi có phần hơi... ngu
(thông minh đột xuất. trường kỳ... hâm hâm)
mà, em khôn lanh như... thần
sao em lại chọn gã... đần là tôi?

.

thì, tôi chờ người đi qua
mà, em lại tưởng tôi là... khói bay
được thôi! tôi là... gốc cây
mà, sao em cứ thẳng tay đốn rừng!?.

.

thì, tôi thường khi hay... quên
mà, em cứ dọa tôi... điên có ngày!
thì, tôi điếc rụng, điếc rơi
mà, em cứ mắng mỏ tôi sáng, chiều.

.
thì, tôi đi buôn yêu thương
mà, em thu vốn! tôi còn... mỗi em!.!
thì, tôi đêm đêm vẫn ôm
cả em, cả gối, chăn, mền... hóa ra…

.
thì, tôi đếm một, hai, ba
em nhân thành chín. tôi là số... không.
thì, tôi vốn là con sông
mà, em nguồn nước có mong ngược về?

.
thì, tôi không quen ước, thề
hôm nay, phá lệ, tôi về... môi em!!!

(Garden Grove, Aug. 2013)

NGƯỜI CON GÁI,
DÒNG SÔNG, BỨC TRANH VÀ, CHIẾC BÓNG,

và, đ.cường.

khi người con gái hỏi dòng sông:
- có cần chuộc lại những ngày mưa sải chân theo lũ?
dòng sông bảo:
"mùa lũ nào không đục ngầu biệt ly
như nước mắt ai đó, vẫn vượt qua lằn ranh cảm xúc đêm thâu
trượt tới buổi chiều - -
đánh rớt nụ hôn góc quán.
nắng cấn thai ngọn cây,
đuổi theo ngày mất hút.
những lọn tóc ngắn cũn, nhớ vạt mây non,
(thuở gió níu đường bay)
gắn lên ngực nhiều tên gọi mới!"

.
khi bức tường hỏi người đàn ông:
- có cần vẽ lại bức tranh "kỷ niệm"?
người đàn ông bảo:
"cảm nhận thường cách xa nhau hằng tỷ năm ánh sáng
thịt /da đau, thấm từng thớ màu
qua rồi. không trở lại.
kỷ niệm như tương lai
sống đời sau của chúng."
.
khi tấm gương hỏi người con gái:
- có cần chuộc lại mái tóc xanh,
rợp bóng cây tuổi thơ trên môi thơm nhang / tiếng nói,
lúc thẹn thùng không chịu tạm biệt những ngón tay tình yêu.
                bối rối?
người con gái bảo:
"thời tiết không chọn tôi để nghỉ!
như tầng cao, đôi khi,
vẫn thả những bàn tay dập tắt nụ cười
(nhân gian sẽ không thấu hiểu tiếng khóc
nếu thiếu vắng nụ cười!)
tựa hàng cây khói thuốc
giữ rịt tàn tro trong những chiếc lọ bất lực
trước hàm-răng-lãng-quên-chó-sói!
mặc thân thể trổ nhiều nhánh chiêm bao
khoắng / khua / khuya / bật gốc…"

người con gái nói,
cũng nên hỏi thêm,
ly cà phê quánh. khô
không nơi ẩn, núp
lúc con mắt hình sự,
soi bói từ khung cửa sơn tróc lở
tới chiếc giường đơn…
(tuồng nó vừa sai phạm một điều gì
chính nó cũng không biết!?!)
.
khi bức tranh hỏi vách tường:
- có muốn dành riêng cho mình một khoảng trống?
vách tường bảo:
"tôi nghĩ khắp cùng đất / trời
đâu còn khoảng trống nào không được lấp đầy bởi những
linh hồn tán, lạc?
như ngày mai,
là chiếc áo hôm nay lộn ngược.

nên, những người yêu nhau
cách gì cũng sẽ nhận ra:
- mùi hạnh phúc thiêng liêng! thảm kịch sét đánh!
lý do tình yêu tồn tại?!?"
(xứng đáng được chúng ta xưng tụng).
.
khi bức tường lỗ mỗ dấu đinh dật dẹo,
hỏi tôi có bức tranh "mang theo đời sau"?
(nhỏ thôi)
vá, che góc tường lở?
tôi bảo:
"có!
bóng tôi!
tiếc! chỉ sót một vài miểng vụn.
phần chính đã ra đi.
theo mưa và, người con gái
rơi. chìm cõi khác."
bức tường lỗ mỗ dấu đinh dật dẹo, xốc tới:
- cõi nào?
- đợi nhé! để rồi tôi hỏi lại…

(Garden Grove, Aug. 2013)

NHỮNG NĂM, THÁNG
TRẢI RƠM CHO KIẾP KHÁC,

cách gì, vẫn có một số điều ta nên nói với nhau trước khi
quá muộn!
thí dụ:
tôi vẫn thả tôi rơi sâu giấc ngủ
và, hòa loãng ác mộng em.
bằng tỏ tình riêng:
"thương lắm! biết không?"
có thể em không nghe!
nhưng những ngón tay tôi nghe!
chúng còn cho tôi biết,
từng tấc thịt da em là cocaine của chúng.
chúng cũng nhắc nhở tôi:
đừng quên hôn nhiều hơn nữa những góc khuất, kín thân
thể em
sáng. trưa. chiều. tối.
hãy hôn nơi chốn ấy!
góc bếp. sân sau. trong xe. ngoài đường. nhà tắm
(nơi em vừa tắm xong. bận bịu soi gương, trang điểm…)

có thể em không thích?
em nghĩ bất thường (?!?)
nếu em hiểu:
chẳng có điểm đến cuối cùng nào của một tình yêu chưng, cất lâu năm
không bất thường?
như tình yêu chúng ta nào có bình thường (?)
tôi vẫn thấy
khó có một bình thường nào làm nên tình yêu.
ngoài ngỡ là! bản năng! dòm ngó xã hội!
mọi bình thường, chỉ đem lại cho ngón tay:
những bẽ bàng. tênh hênh trên những phần thân xác uể oải.
thiu. ôi…
nó không hề có chung một "chemistry"
càng không là cocaine.
- cocaine?
- đúng vậy. cocaine!
tôi tin em hiểu!
(thực phẩm nuôi nấng tôi sống nốt ngày còn lại).

.
cách gì, vẫn có một số điều ta nên nói với nhau trước khi
quá muộn!
thí dụ:
tôi vẫn thả tôi rơi sâu bình minh,
nắng lên ngực em.
/ phần còn lại /
nơi chốn từng được em định danh:
"chỗ một đời em vẫn để, dành" - -
cocaine của riêng tôi
mà những ngón tay
có dễ không ngờ tới!

.
cách gì, vẫn có một số điều ta nên nói với nhau trước khi
quá muộn!
thí dụ:
tôi vẫn thả tôi rơi sâu (sâu hơn) đáy khu vườn em.
nơi những con cockateil và zebra pinch
muốn đậu trên vai, làm ổ trong mái tóc em (dẫu ngắn)
nơi, những con cá koi hân hoan bơi lội trong mắt em.
nơi hoa, trái đã gửi mật, hương của chúng
hòa cùng mùi thơm thân thể em
làm một.

và, nhà lưu niệm
ca cẩm về sự chật chội những gì chúng muốn lưu giữ.
(như trái tim tôi quá tải kỷ niệm!
kỷ niệm lớn theo nụ cười, tiếng nói em
nhắc nhở tôi:
hãy sớm "khôn ra. đừng ngu mãi thế!")
.
cách gì, vẫn có một số điều ta nên nói với nhau trước khi
quá muộn!
thí dụ:
tôi không hề ao ước "khôn ra"
để mãi được yêu em
như ngày mới gặp.
những năm, tháng đã trôi xa,
trải rơm cho kiếp khác!
(mặc dù có thể
đó cũng chỉ là cách nói!)

(Garden Grove, Sept. 2013)

GIỮA RỪNG EM CỎ MƯỢT,

hoa khế mùa tím chay
đổ hồi chuông áo trắng
chim tự chặt cánh bay
tặng cho chiều sắp cạn.

bàn tay tôi an cư
trong rừng em cỏ mượt.
mưa nối liền thiên thu
môi đâu cần tiếng nói.

đêm nạm tiếng nam-mô
guốc khua, niềng tháng tám
những thành phố đi qua
đèn đợi ai không tắt?

lửa đào huyệt chia phôi
xuân thì khung cửa hẹp.
lược, gương sớm mồ côi,
cùng đường ngôi mất tích.
lá nghiêng, lệch hướng rơi
phân ưu người cõi khuất!?!

buồn vươn tay bao dung
nhặt tôi từ bóng tối.
người bên kia biển đông
khảm chỗ ngồi lặng lẽ.

sương chẻ đôi chôn vùi
hỏi nguyên-sinh-ký-ức?
đất ngậm hương chia phôi,
tôi nhìn tôi mẩy hạt.
lớn theo chiều khôn nguôi.
người khóa vườn quá khứ.

thương quá, bạn-tôi ơi
ngày điểm danh: tái ngộ.
mười mấy năm chìm, trôi
phục sinh như phép lạ.

đời sau nương bàn tay
tìm người trong tiếng guốc.
hoa khế rụng. chân mây.
vẫn rừng em. cỏ mượt.

NHỚ NHỮNG NGÀY CUỐI CÙNG
CỦA HC Ở BỆNH VIỆN, (*)

đêm cầu tự chút nắng đời thơm thảo
hoa công viên. bệnh viện. ghế xua người.
dao kỷ niệm cứa, nhay từng thớ thịt.
máu trăm năm tồn đọng biệt, ly đôi.

mưa đã trả nguồn sâu về mắt khép,
những con đường tự hủy vết thương quen.
chim treo cổ. chối từ trưa. tiếng hót.
nhớ thương khô. từng mũi đinh đen.

con dế đã từ trần khuya. tháng một.
hàng me xưa tự khoác áo, khăn sô.
đôi bờ cũng tìm nhau cho ấm chỗ,
nhưng sông kia đã gặp gỡ hư vô.

môi, mắt cũng đục lờ tờ giấy bản
rắc thỏi vàng. ai đó? mới chia phôi?
về cõi khác? biết cõi nào cõi thật?
vâng! xin người an nghỉ cõi riêng tôi.

mặc đời sống vốn ngợi ca hư, dối
máu trong tôi vẫn chuyển bóng em về
tình đau nối âm dương liền một gốc
như nỗi buồn mọc rễ. thấu mai sau.

(Garden Grove, Nov. 2013)

(*) Lưu Nguyễn soạn thành ca khúc.

VÀ , TÔI KHÔNG DẤU VẾT,

khi bầy hải âu ngược về thành phố
gặp tiếng hát bên kia bức tường thời gian.
nhiều ốm o nốt lặng
đêm thấp hơn nốt trầm,
buốt, lạnh đôi mắt nhắm.
gió về tay không,
để lại những chiếc lá vô thừa nhận cho lề đường.
mưa liên doanh nhà cửa
gạch bỏ tên chúng ta.
trừ bất-trắc-lên-men, hỏi tôi mùa rượu cất?
đó là lúc tôi trong em,
ngày mới lớn.
.
chúng ta sống giữa thời đại
nhân loại đang quên dần tiếng nói.

.
khi căn phòng đồng loạt mở tất cả mọi cánh cửa,
bàn ghế, giường, nệm đứng lên,
cùng nghển cổ,
chờ nghe một lời gì
khác hơn nín lặng những giọt lệ
chảy ngang môi,
trước khi rớt trên lap-top.
buổi chiều lẩy bẩy, núp trong closet.
những ngón tay đoạn, lìa
không đủ sức thốt kêu một tiếng nhỏ.
mặt trời dầm mình hồ nước xanh,
thở dài đen:
- phải chi họ đừng có mặt!
(dù trái đất vẫn quay.
muôn loài vẫn sống)
đó là lúc tôi trong em,
ngày ly. biệt.

.
chúng ta sống giữa thời đại
câm và, điếc.

.
khi hàng cây mới trồng
gầy nhom dấu than (!)
lấy tay che mặt
mong đừng ai thấy.

.
không che mặt,
tôi cũng mong đừng ai bắt gặp
những lần vượt qua biên độ nỗi nhớ.
đó là lúc kỷ niệm trở thành con tin của đường phố.
cùng sớm mai treo lửng nỗi buồn trên những cột điện
                                        đa mang?
đợi giờ đứt mạch.

.
chúng ta sống giữa thời đại
robot và máy tính.

.
tôi, trái đất ngừng quay!
trục oan nghiệt bỗng lật nhào theo bão haiyan!?!
bầy hải âu không về
chỉ mấy con sẻ non
tuyệt vọng kêu trong những tổ thấp.

.
chúng ta sống giữa thời đại
ăn thịt chính mình!?!

.
những cánh rừng mất tích!
và, tôi không dấu, vết!.!

(Garden Grove 11-2013)

CUỐI NĂM. THƠ. QUÊ NGƯỜI,

mưa óng mật giữa trưa người. đuối nắng.
nỗi niềm tôi chưng cách thủy bốc hơi.
chênh chao những khoảng trời vênh thất, lỡ!
tháng, năm như vôi, vữa rã chân đời.

chim kêu sảng. hối bình minh nứt vỏ
rớt sau rừng: tiếng-hát-sẩy-thai. treo /
cây tiền sử / nhớ nhau còn ứa lệ,
những linh hồn tán lạc có mai sau?

vai bình nguyên trải niềm đau thấu biển.
mắt lênh đênh / kỷ niệm gối, chăn / trôi.
mưa xuống tóc. chia tay người mạt vận,
mái âm dương em ạ! biệt-ly-đôi!

đêm xâm thực dăm niềm vui chắt, mót
vón nỗi buồn chia đủ mấy trăm năm.
tôi cải táng chính / tôi / ngồi góc phố?
ngọn hư vô thổi rát nắm xương, còn.

ngón thời tiết bấp bênh chiều ngũ sắc.
em. vườn sau. cửa khác. những trong veo.
sông khuất, lấp trong tôi. dòng vẫn chảy.
núi như người địu nỗi nhớ, thương sâu.

(Garden Grove, Dec. 17 2013)

THƠ Ở BẠN-TÔI, THI SĨ,

Và, pt. hải.

như mọi người, cuối cùng, cách gì rồi thi sĩ
cũng sẽ đi xa.
nhưng khác hơn chúng ta,
chàng đã để lại cho đời sau, nhiều thứ.
chàng để lại cho ta:
thơ. nhạc. và, *"Hòn đá làm ra lửa".*

.
những bài thơ lãng mạn, một thời rộn tiếng ve:
"những con ve nhỏ hết hồn kêu vang". (Những)
"môi ai chín đỏ đầu cành phượng xưa" (*)
những câu thơ rực rỡ đầu đời ta.
những câu thơ dẫn dắt tuổi trẻ chúng ta trong chiến tranh
　　　　　　　　ngang qua nghĩa trang. (Để)
"nghe những lời linh hồn…
"trong mộ phần tối đen".

.
như mọi người, cuối cùng, cách gì, rồi thi sĩ
cũng sẽ đi xa.
nhưng khác hơn chúng ta,
chàng đã để lại cho đời sau, nhiều thứ.
chàng để lại cho ta:
thơ. nhạc. và, *"Hòn đá làm ra lửa"*.
Hòn đá mang lại:
"khuôn mặt đêm tháng giêng dàn dụa
"những hàng phượng chụm đầu bốc cháy
"lợp đỏ một mùa hè ngây dại…"

.
- hòn đá nhỏ thôi?
- đúng vậy!
nhỏ thôi!
em có thể bỏ trong túi.
lúc buồn em khẽ nhón. chơi.
nhưng em đừng quên,
thật ra, nó vốn nặng một triệu lần hơn sức nặng trên
                          một trăm "pao" của chàng.

.
- hòn đá nhỏ thôi?
- đúng vậy!
nhỏ thôi!
nhưng em đừng quên,
thật ra, nó vốn cao một triệu lần hơn chiều cao của chàng.
tự thân, nó chỉ cho ta vài trăm câu
(chính xác, năm trăm lẻ hai câu)
đi ra từ trên / dưới năm nghìn ngày / đêm xiềng xích.
nhỏ thiệt đấy(!?!)
vậy mà,
nó từng được bà Agneta Fleijel
chủ tịch Văn Bút Thụy Điển
sánh với hàng nghìn trang văn xuôi của Solzhenitsyn
tác giả *"Quần đảo Gulag"*.(1)

.
- hòn đá nhỏ thôi?
(em có thể bỏ trong túi?...)
- quá đúng!
vậy mà,
nó từng được giới thiệu, được đọc lớn
tại trụ sở Quốc Hội Hoa Kỳ. (2)
hơi nóng và tia lửa từ tâm nó
làm chảy nhũn những trái tim chính khách sắt thép và,
ứa lệ những tâm hồn nhạy cảm...

.
- hòn đá nhỏ thôi?
(lúc buồn em có thể khẽ nhón. chơi?)
- đúng vậy!
nhỏ thôi!
nhưng nó là… *"Hòn đá làm ra lửa"*
nó vạch mặt *"chính sách kiểm soát thực phẩm"* của Lê Nin.
nó tố cáo chủ trương triệt hạ phẩm giá con người.
cốt lõi của *"Lê Nin Toàn Tập"*.
như lời Agneta Fleijel:
"nó là ẩn dụ nhân bản sâu thẳm" (để)
"chống lại thứ quyền lực đòi khuất nhục đồng loại!"

.
- hòn đá nhỏ thôi?
- đúng vậy!
nhỏ lắm!
thi sĩ chỉ đau đớn nhắc lại tình, nghĩa vợ chồng:
"Chúng ta đã chia lìa
"Chúng ta bị tước bỏ, bị bôi xóa
"Lần cuối, khi quay đi trong xiềng xích…"
thi sĩ chỉ đau đớn hỏi về những đứa con bị ném khỏi căn nhà
(như người ta lạnh lùng ném ra đường phố, đổ vào cống rãnh
                                      đổ phế thải):

"như bao nhiêu người đã lặng lẽ biến mất
"Tôi không biết giờ này em ra sao
"có lượm lại đủ lũ con cái tan tác không
"tôi không biết giờ này chúng thế nào
"em có gì để ăn, cho chúng ăn
"em có cách gì để thở, cho chúng thở
"Em còn chỗ nào để nương náu, tạm bợ…"

.
- hòn đá nhỏ thôi?
- đúng vậy!
nhỏ lắm!
thi sĩ chỉ thốn tâm nhắc lại:
"Bầu trời của ta. Mặt đất của ta. Đời ta
"Nụ cười chân thật mà chúng ta phụng sự
"Thứ tiếng nói tuyệt vời cho thi ca
"Sự diễm lệ của khổ đau mơ ước mà chúng ta tự hào
"Tình bạn, tình yêu mà chúng ta gìn giữ
"Chưa hết. Nụ hôn và hoa phượng
"Lửa và khói. Hạnh phúc và lỗi lầm
"Chúng ta đã bứt ra khỏi nhau
"Em mất tích. Em kiệt sức. Em một mình
"Thật quá nặng cho em
"Làm sao em thở…"

.
- hòn đá nhỏ thôi?
- đúng vậy.
nhỏ lắm!
nhưng nó cho thi sĩ dỗ dành người yêu, nhen lại hy vọng:
"Nó giúp tôi hình dung em dễ dàng
"Em đang nín thở. Em nhăn mặt
"Tôi nghe hòn đá em ân cần:
"Thở đi. Thở đều đi. Đừng nhăn nhó"
"Em đang hốt hoảng. Đang giận dữ
"Em bị truy bức, bị lục soát, hạch hỏi
(...)
"Em đang đăm chiêu. Em buồn rầu
"Em bị bóng đen của cùng khốn vây hãm
Tôi nghe hòn đá em thủ thỉ:
"Cười đi. Coi nè. Tui nè. Tui biết làm"
"Và em mỉm cười, chờ nó làm ra lửa
"Tài thật. Dễ thương thật. Phải vậy chớ
"Nụ cười em lấp lánh trong tôi
"Hòn đá đúng đấy
"Nó biết làm. Nó sẽ làm
"Có thể chúng ta sẽ sống sót..."

.
- hòn đá nhỏ thôi?
- đúng. y chang!
thi sĩ chỉ đơn giản tả cái đói.
(em đã bao giờ trải qua cái đói?)
"...*Chúng ta đang biết cái đói khác*
"*Cái đói tùng xẻo rỉ rả đêm ngày*
"*Được xưng tụng là kinh điển, chính sách*
"*Được trang phục lộng lẫy bằng mỹ từ*
" '*Phát minh vĩ đại của thiên tài*
" '*Vũ khí chuyên chế vô địch của giai cấp*
" '*Chủ nghĩa bách chiến bách thắng của thế kỷ*' "

.
- hòn đá nhỏ thôi?
- đúng! nhỏ thôi!
thi sĩ chỉ tự trào giữa những bữa cơm hàm thụ:
"*Đêm tối quanh tôi, nấu nướng đang rôm rả*
"*Anh này trổ tài làm cơm cháy vàng rực*
"*Anh kia đang lựa vịt chọn gà*
"*Anh khác nữa, cân đo gia vị*
"*Họp lại thành bữa thịnh soạn*
"*Tha hồ mời bạn tù đánh chén*
"*Không nước, không lửa, không củi*
"*Không nồi, không gạo, không cả muối*

"Càng khỏe. Cần gì. Anh em nấu bằng miệng
"Thưởng thức. Nhai nuốt. Bằng nước miếng
"Tiêu hóa bằng chính xương thịt mình…"

.
- hòn đá nhỏ thôi?
- đúng vậy!
nhỏ lắm!
thi sĩ chỉ nghiêm trọng cất tiếng về cái đói.
căn bệnh nan y,
đến giờ vẫn ám ảnh gần nửa nhân loại.
- cái đói... quen quá mà?!?
- y chang! quá đúng!
cái đói quen lắm kìa!
nó đã có mặt từ bao đời, kiếp.
nó đã có mặt trong hằng triệu trang sách. hằng nghìn câu thơ.
cái đói, cũng có trong *"Quần đảo Gulag"*…
nhưng cái đói của *"Hòn đá làm ra lửa"*
là cái đói khác!
cái đói tự do,
cái đói nhân quyền,
cái đói tử tế
(giữa người với người)
cái đói vợ, chồng
cái đói cha, con.

cái đói bằng hữu:
"...*Cái đói sinh động*
"*Cái đói tuyệt vời*
"*Tia nhìn của hạnh phúc rạng rỡ*
"*Món quà đằm thắm, anh chồng đi làm về tặng vợ*
"*Như tôi hằng mong sẽ còn dịp tặng em*
"*Sẵn sàng nhé, hòn đá cổ sơ*
"*Đây rồi, ngọn lửa chung của ta*
"*Được lắm. Chẳng cần phải nhờ thêm bóng tối*
"*Tôi đang tưởng tượng em dễ dàng*
"*Chân tay mặt mũi em. Thân thuộc biết bao*
"*Hình thể con người. Tuyệt diệu thật*
"*Hèn chi ta yêu nhau đến thế*
"*Hèn chi ta yêu bạn bè ta đến thế*
"*Chúng ta không chọn nhau*
"*Chính ngọn lửa của chúng ta chọn dùm*
"*Chúng ta cũng không chọn quê hương*
"*Không chọn cha mẹ, anh chị em*
"*Chúng ta đâu có chọn bằng hữu*
"*Tôi thường kể với em về họ*
"*Như sao, những đứa con bị để rơi*
"*Bị buộc cùng sáng một góc trời*
"*Chúng tôi đã côi cút nô đùa*
"*Giữa tro bụi lem luốc của mưa thu*
"*Dưới móng sắc cay nghiệt của gió bấc...*"

.
- giờ em đã hiểu ra rồi,
phải không?
tình yêu dẫn ta vào thế giới
bằng hữu cho ta nhân loại!
- dù nhân loại chưa từng được no đủ?
(như chúng ta chưa từng được no đủ?)
phải cảm ơn của thi sĩ?
- đúng vậy, em.
chúng ta phải cảm ơn cái đói của hai hòn đá làm ra lửa.
thi sĩ nhắc nhở chúng ta:
"Hãy tin sự khôn ngoan của nhân loại". (và)
"Tôi chia xẻ với em khúc tụng ca bi tráng
"của quê hương và thời đại chúng ta
"Cái đói tùng xẻo. Kẻng ăn. Rớt nhãi
"Sự khuất nhục
"Những vết sẹo chằng chịt một thời
"Tất cả. Rõ ràng
"Có công dụng của nó
"Nước miếng nhân loại sẽ chẳng bao giờ cạn
"Một loại vắc xin mới sẽ xuất hiện
"Nụ cười những hạt cơm tương lai sẽ được chích ngừa
"Mưu ma chước quỉ không đụng được đến nó
"Chữ đói, vĩnh viễn được trả về đúng nghĩa:
"Nốt nhạc chung tươi tắn trong ngôn ngữ loài người..."

.
- cái đói:
"Nốt nhạc chung tươi tắn trong ngôn ngữ loài người"?
- y chang! quá đúng!
giờ em đã hiểu!
"Hòn đá làm ra lửa"
nhỏ thôi!
nhưng nó thật lớn lao!
nó tử tế!
nó nhân loại!
nó mang niềm tin ấm áp
trả lại cho quê hương.
trả lại cho tổ quốc.
trả lại cho đồng bào,
cho chúng ta!
hôm nay và, ngày tới.
.
dù cuối cùng, cách gì, rồi thi sĩ
cũng sẽ đi xa.
sau khi chàng đã để lại cho ta,
nhiều thứ!.!

(Jan. 2014)

(*) Tất cả những câu thơ trong ngoặc kép, chữ nghiêng là thơ Trần Dạ Từ.

(1) Đọc thêm Agneta Fleijel, Chủ tịch Văn Bút Thụy Điển: Tựa thi phẩm "Tran Da Tu / The Stone That Generates Fire and Other Poems", do Dr. Cường Nguyễn chuyển ngữ, ấn bản Anh ngữ, 1991.

(2) Hoa Thịnh Đốn, ngày 28 tháng 1-1992.

TÔI TÌM CHỖ CẤT MÙI HƯƠNG,

cây tìm chỗ ngủ cho sương
tôi tìm chỗ cất mùi hương thuở nào.
đêm qua tôi dựng cổng chào
đón em. chỉ thấy mưa rào... bước vô!!!

(2014)

MỞ TRONG TÔI CỬA KHÁC,

ngày lên cao / vết thương /
băng bó niềm u tịch.
ngọn cây đợi cuối đường,
níu chân người khuất mặt.

đêm xuống sâu / nhát dao /
chém ngang đời trôi dạt.
dáng khuya em ngọt ngào,
mở trong tôi cửa khác.

môi thanh tân /đời sau /
nụ hôn ngoài quỹ đạo.
chúng ta trôi trong nhau.
nhủ sầu xưa: ngoan nhé!.!

sông nhíu mày: / chia ly? /
núi lùi xa, khẩn cấp.
đêm nhanh nhẩu phân ưu.
đôi vai em hoàng-hạc.

gió hỏi tôi / có hay: /
- lá cười tôi báng nhạo!
buồn trổ nám bàn tay!?!
ở đâu hỡi khờ khạo?!?

vai tìm vai / trăm năm /
tóc người xanh ký ức.
chảy nốt giọt thương thân,
xuống lòng nhau rã mục.

chim đã bỏ / đường bay /
nắng tụ về môi ấy.
mặt trời dưới ngọn cây
cổ võ em đứng dậy.

và, tôi đang ngồi đây,
tan dần trong bóng tối!!!

(Garden Grove, Jan. 2014)

THƠ, GỬI MỘT HOA SĨ,
Ở CÁCH TÔI NỬA VÒNG TRÁI ĐẤT,

Tranh Lê Thiết Cương

1.
khi bóng đêm xập xuống giá vẽ,
đó là lúc sắc màu trong tranh họ Lê đứng lên.
bước ra và,
đi tới thế giới.
từ cách nhìn riêng của họa sĩ,
tôi nghe được tiếng nói của những một người.

hai người.
nhiều người...
và, tươi tốt khỏa thân.
nhờ trái tim họa sĩ tháp vào hình tượng.

2.
khi bóng đêm xập xuống giá vẽ,
đó là lúc sắc màu trong tranh họ Lê đứng lên.
bước ra và,
đi tới thế giới.
từ cách nhìn riêng của họa sĩ,
tôi nghe được tiếng nói thiên nhiên, vạn vật.
tôi nghe được tâm sự những đời trâu.
nụ cười hiền của mèo.
nỗi đói trăng, sao của cá.
lời nhắn đừng phụ nhau của chim.
luôn cả mồ hôi nông phu
(nỗi buồn đồng ruộng).
và, hân hoan hoa, lá...
nhờ trái tim họa sĩ tháp vào hình tượng.

3.
khi bóng đêm xập xuống giá vẽ,
đó là lúc sắc màu trong tranh họ Lê đứng lên.
bước ra và,
đi tới thế giới.
từ cách nhìn riêng của họa sĩ,
tôi nghe được tiếng nói những ngôi nhà.
tiếng thở dài trên những bàn thờ (không hiển lộ).
cõi thinh lặng của những sân chơi không trẻ thơ.
và, bước chân hư vô đi qua bao đời, kiếp.
cùng đạn, bom, thịt, xương một thời chinh chiến.
nhờ trái tim họa sĩ tháp vào hình tượng.

4.
khi bóng đêm xập xuống giá vẽ,
đó là lúc sắc màu trong tranh họ Lê đứng lên.
bước ra và,
đi tới thế giới.
từ cách nhìn riêng của họa sĩ,
tôi nghe được ghế, bàn phân ưu chỗ ngồi ai sớm bỏ!?!
như những bữa cơm chiều,
chia phần cùng tàn tro nhang, khói trên cao rớt đầy mâm
                                                khổ, ải.
nhờ trái tim họa sĩ tháp vào hình tượng.

5.
khi khúc gỗ, tảng đất sét trong tay họ Lê,
hóa thân thành gốm, tượng.
từ cách nhìn riêng của họa sĩ,
tôi nghe được tiếng chuông chùa,
khua thức những thân, tâm mất nguồn
tìm về đầu sông,
sau quá nhiều tháng, năm chăm bẫm bao tử!..!
nhờ trái tim họa sĩ tháp vào hình tượng.

6.
khi bóng đêm xập xuống giá vẽ,
đó là lúc không chỉ sắc màu trong tranh họ Lê đứng lên
bước ra và,
đi tới thế giới.
(mà,) tôi còn nghe được bước chân của những người đã khuất
đem nắng, mưa, buồn vui thuở trước,
vun, xới gốc hôm nay!
(ai dám bảo những hồn siêu, phách tán không cần nơi
nương náu?)
như dòng máu liên tục
chảy dọc thân tổ quốc,
tới mai sau!
nhờ trái tim họa sĩ tháp vào hình tượng.
(cách của ông).

7.
khi bóng đêm xập xuống giá vẽ trống trơn,
tôi đứng lên.
nghe được nhịp đập trái tim họ Lê.
những điều ông không nói.
cõi thinh lặng mênh mông nhắc tôi:
- hãy cảm ơn Lê Thiết Cương!
- cảm ơn Vũ Phương Liên!
- cảm ơn Hà Quang Minh!
những Con Người (viết hoa).
những nhịp-cầu-chữ-nghĩa,
nối tôi với họ Lê:
- một họa sĩ,
ở cách tôi nửa vòng trái đất!!!

(Calif. Feb. 2014)

CÓ NHỮNG ĐIỀU, CHỈ CHÚNG TA BIẾT,

Đừng sợ hãi. đừng lo lắng. thương-lắm!
không ai có thể cướp giựt, trấn lột được những buổi chiều
của chúng ta,
khi ký ức vẫn xanh trên những cành cây evergreen.
khi hình ảnh thương-lắm như mặt trời mỗi sớm mai
mãi ấm từng tấc thịt da tôi đã bắt đầu gò mối!
.
đừng sợ hãi. đừng lo lắng. thương-lắm!
không ai có thể cướp giựt, trấn lột được những buổi trưa
của chúng ta.
tuy nắng / mưa thất thường, nhưng sự sống như trái tim
vẫn ẩn mật / cất giữ cho chúng ta đời riêng,
tận cùng. phút cuối.
như không ai biết được nơi chết của những thớt voi già.
ngay bầy sẻ một ngày nào không còn trong mắt nhìn
của chúng ta,
cũng chẳng ai biết chúng đã chọn nơi nào để gửi xác thân
nhỏ bé của chúng!

.
đừng sợ hãi. đừng lo lắng. thương-lắm!
không ai có thể cướp giựt, trấn lột được những buổi tối của
                                        chúng ta.
chỉ chúng ta biết,
chúng ta sống đã tận cùng cho nhau... ra sao!
chúng ta nhớ, nghĩ về nhau, tận cùng yêu thương,
                        đau khổ… thế nào!
cũng chỉ chúng ta biết,
khi những ngón tay chúng ta tìm nhau lần thứ nhất,
chúng đã lập trình cho đời sau một định mệnh, khác.
.
đừng sợ hãi. đừng lo lắng. thương-lắm!
không ai có thể cướp giựt, trấn lột được những giây phút
                        im lặng của chúng ta.
khi mắt em cúi xuống tìm tôi (trái đất ngừng quay).
khi mắt em ngước lên nhìn tôi (mặt trời nín thở).
- và khi chúng ta trong nhau?
- ngôn ngữ bất lực!
(thất bại lớn của các nhà ngữ học!
dù họ chối nhận).

.
đừng sợ hãi. đừng lo lắng. thương-lắm!
không ai có thể cướp giựt, trấn lột được kỷ niệm của
                                                                  chúng ta.
vì chẳng một ai biết kho tàng của chúng ta có những
                                                                  báu vật nào?!?
ngoại trừ trái tim
(cùng lắm, thêm đất / trời)
cõi ẩn mật vĩ đại / rất riêng.
như tử thần
(một bạn-tôi-nữa, đấy!)
.
đừng sợ hãi. đừng lo lắng. thương-lắm!
khi có biết bao điều ngay trái tim chúng ta
và, đất / trời
cũng không thể biết được!
như tế bào ung thư,
chỉ chúng biết,
sẽ cất, giấu những gì
trong thân thể ta
hân hoan và, buồn bã!.!

(Feb. 2014)

TÔI THẾ CHẤP ĐỜI CÒN CHO BÓNG TỐI!.!

tôi tuột tay,
đổ bóng mình trên tầng, tầng thác, lũ
nước trôi xuôi, còn gọi phúc-âm-buồn.
người thanh thản (ngâm mình trong muối xát)?
chúng ta ngồi, im lặng dát hoang mang!
thơ ấu nào trong em vừa thức dậy?
cổ em thơm mùi tóc thuở lên năm?
đêm trở giấc quơ tay tìm vú... mẹ,
thấy trăm năm đều nhịp gõ: rưng rưng.
cây thảng thốt mất đầu! tâm tán lạc!
ai sẽ về sau quá đỗi đau thương?!?

.

tôi tuột tay,
tháng, ngày đã khép dần từng cánh cửa.
nhớ môi người neo một nụ hôn khuya.
chân đi khuất. hàng cây không hứa hẹn.
những chia, lìa đâu chỉ giữa trăng / sao!!!
buồn / vui cũng tựa như cơm với áo
một ngày thêm: sống / chết nghẹn ngào!?.

.
tôi tuột tay,
đổ hết nỗi niềm mình trên giấy.
em nghiêng, vai con chữ rớt vào đêm.
ký-ức-gió hắt gầy lên phố cũ.
mưa đời sau chưa kịp… lá thanh xuân.
tôi thế chấp đời còn cho bóng tối!.!
để ngày mai thương-lắm! phục sinh.
.
tôi tuột tay,
đánh rớt mình xuống đáy:
giữa nôi-em-
thương-lắm.
những ơn đời.

(Garden Grove, Feb-Mar. 2014)

CON ĐƯỜNG DẮT TAY EM ĐI,

con đường dắt tay em đi
tay tôi dắt tiếng thầm thì qua, môi
đêm rơi. rơi. rơi. rơi. rơi
lấm lem ký ức. rối bời dấu chân.
cây trao thân cho hồn rừng.
tháng ba sưng tấy nỗi mừng thôi nôi.
người ngồi. người ngồi trong tôi
những khuya khoắt ấy, buồn xuôi vai, về
trước, sau rồi cũng chia, ly!!!

(3-2015)

TÌNH YÊU GIÚP TA VƯỢT TRÊN SỐ PHẬN,

khi những người yêu nhau không thể đem đến cho nhau,
dù chỉ một tiếng nói.
tựa những con gió đuổi theo bóng mình,
chỉ gặp những vòm cây ủ bệnh.
và, hạt mưa lắng nghe tiếng rơi của nước mắt
trên bàn tay héo hon chính nó.
.
tôi nghĩ hạnh phúc thay,
buổi sáng còn thấy em cười / chấp chới / nắng lên năm.
.
khi những người yêu nhau không thể đem đến cho nhau,
dù chỉ là chiếc bóng (lúc quay lưng).
tựa tiếng kêu sàn gỗ, ốm.
ly cà phê nguội, nhớ vết son.
ngúm tắt mẩu thuốc góc bàn
giấu sợi khói, mùi riêng dưới gối.

.
tôi nghĩ, hạnh phúc thay,
buổi trưa còn thấy em xanh bên những bông hoa tím - -
hắt nhớ nhung hắm hiu xuống đỏ / trắng anh-túc.
tưởng tượng là những sợi dây leo,
(thấu cõi chia phôi).
cùng nỗi buồn như cỏ mãi sinh sôi,
làm nền cho mỗi kiếp.
.
(khi nhân loại đồng-phục-tai-ương,
chỉ tình yêu giúp ta vượt trên số phận).
.
khi những người yêu nhau không thể đem đến cho nhau,
dù chỉ một ngón tay (được úm giữa bàn tay năm ngón).
tựa những khuya vọng tiếng chim gọi bạn.
không họa sĩ nào vẽ lại được:
hơi thở nghẹn, vòng ôm rì rào dòng sông chảy ngoài hữu hạn,
và, nụ hôn ngấn cổ. niềng kín một mùi hương.
chỉ trái tim biết điện-tâm-đồ nó đang bối rối.
và, điều gì tựa xấu hổ(?)

.
tôi nghĩ hạnh phúc thay,
buổi chiều còn thấy em lui cui kiếm trong lòng mình:
- có niềm vui nào lỡ tay đánh rớt?!?
(như đồ chơi thất lạc thuở lên ba!)
.
khi những người yêu nhau không thể đem đến nhau,
điều gì khác hơn vắng.
lặng.
tôi nghĩ, điều duy nhất họ có
là ngày mai!!!
(một ngày mai nhiều… mưa. Và, rất... gió!)

(Apr. 2014)

TRÔI TẬN CÙNG CÕI, KHÁC,

không phải tôi,
chính em mới là người nghe được:
- bản hợp ca của đám loa kèn,
sớm mai, thức giấc cùng nao nức cá và, suối.
tiếng chim cu.
cây lựu thoa son cho những bông hoa:
- bầy con nghìn hạt của nó.
(xin em,
đừng bắt lỗi những đứa trẻ nằng nặc đòi cho được điều
chúng muốn.
như em từng đòi đủ thứ nơi tôi
và ngược lại).
.
không phải tôi,
chính em mới nghe được:
- tiếng thầm thì của cát.
mặt trời chờ thủy táng.
bãi biển không tiếng sóng.
âm bản chiều, tuột tay.
rớt nụ hôn giường bệnh.

tiếng kèn thổ dân treo trong những chiếc lều,
chôn, ngặt nghèo chiếc bóng.
(xin em hãy khoan tâm để thấy:
- cõi chết cũng tuyệt vời như sự sống.
tựa mỗi chúng ta,
cùng lúc là ta hôm qua, hôm nay và, kẻ khác!)
.
không phải em,
chính tôi mới là người nghe được:
- bước trở về của ký niệm
khi những trận mưa tháng Năm choàng qua tháng Sáu,
thôi giận hờn.
dù mái vẫn nghiêng tai chờ chuyến xe buýt muộn.
nhưng chẳng có người khách lỡ độ đường nào,
kể chúng ta nghe:
- hạnh phúc vốn lao lung. ngược dốc.
và, cũng đáng quý thay:
- đau khổ!?!
.
(khi chúng ta làm người
cửa thiên đàng đã đóng!)

.
không phải em,
chính tôi mới là người nghe được:
- hơi thở những sợi tóc,
đêm đêm / lẻ loi / thức cùng / chăn, gối /
tựa ngón tay mồ côi
tìm đường ngôi mất tích.
(có thể em không biết
dòng sông đã đi xa,
sao thấy được những bông hoa bèo
tím thêm nỗi biền biệt. héo.
.
không phải tôi,
chính em mới là người nghe được:
- tiếng hát bên kia vầng trăng
khu vườn xưa, trái trĩu cành thơ ấu.
từ bên này vầng trăng tôi đã thấy em:
- xiết bao thơm-thảo trái cấm,
nhờ chiếc viễn vọng kính tiên tri.

(cũng chẳng có gì sai,
nếu tôi nói thêm:
- chính định mệnh ân cần dặn dò tôi
ráng đợi ngày gió lớn!?!.)
.
giờ đây,
không phải em,
cũng chẳng tôi,
nghe được nỗi buồn của trái tim trước giờ ngưng đập,
vẫn nhớ những ngày còn là gương.
đường phố. chung cư. công viên. chim muông. cây cỏ
cùng gió, hát:
hỏi thăm dấu mắt, môi -
trôi tận cùng, cõi khác!

(Garden Grove, May 2014)

TÔI ĐÃ TRẢ MỖI NGƯỜI CHO THÁNG SÁU,

mây đã trả tôi / mưa về đáy vực.
những ngọn đèn vay, vịn bóng chàng lâng.
phố thảng thốt thâu đêm chờ cấp cứu.
vết thương người tự cắt cũng mưng thêm.

biển thong thả trả chỗ ngồi cho sóng.
gió liên doanh cùng nỗi nhớ chông chênh.
kỷ niệm cũ giăng dây ngoài ký ức.
cây chối từ tiếp thị lá sâu ăn.

tôi đã trả cho người trưa chắt mót,
đêm trôi qua còn khảm dáng ai chờ,
treo trên vách bức tranh người quá vãng,
ngón chân buồn cào, bấu đất, âm u?

những trang sách sớm quên mùi chữ gọi
em trả gì cho năm, tháng tôi riêng?
đời sẽ hết, dù ngày mai vẫn tới
nhưng trong tôi: em không chết một lần.

tôi trả tóc người cho "hoành tráng" mới.
cầm trên tay: tôi-trọn-gói-hư-vô.
nghe tiếng dế nậy khuya từng miếng gạch.
tháng năm nào nở lại nụ em xưa?

tôi đã trả mắt người cho tháng bảy,
cùng bậc thang chao chát xớ oan khiên.
vai khốc liệt vá, may mùi áo cũ,
những con đường chay tịnh tiếng rơi im.

tôi đã trả môi người cho tháng sáu.
em trả gì cho đủ nỗi thương tâm?
mưa tự kỷ giấu mình trong mắt tối,
tôi-vay-tôi từng cánh lạc chim đêm.

không vay / trả. Cũng chẳng hề mất / được!
chỉ riêng tôi, tự hỏi miết: tôi đâu?

(June 2014)

NGỌC LAN VÀ, NƠ VÀNG,

hình dung ngày tôi gắn nơ vàng, cho cây ngọc lan
(dù) nơi gốc, nhiều chiếc lá xanh / mang tên mẹ tôi
đã rụng.
.
hình dung ngày tôi gắn nơ vàng, cho cây ngọc lan
như tập quán người Mỹ
cầu nguyện cho chồng, con, người tình…
bình an. trở về từ chiến địa.
bây giờ là tháng tám,
tháng mẹ tôi phải nhập viện (cách đây 16 năm).
những viếng thăm, hỏi han của con, cháu..
theo thời gian:
cũng... rụng.
.
tôi hiểu đời sống không cho chúng ta nhiều lựa chọn.
khi lãng quên là mặt bên kia của mọi mất đi.
và, trí nhớ bền bỉ ít khi dành cho người đã chết.

.
hình dung ngày tôi gắn nơ vàng, cho cây ngọc lan
thắp nhang dưới gốc.
như mỗi ngày tôi hằng thắp nhang cho mẹ tôi và, H.C.
nơi nhà lưu niệm.
(lưu niệm, sớm.
T. và, Orchid dành cho tôi).
ai đó kể:
"chúng ta chỉ có thể nói chuyện với người khuất
nhờ trung gian nhang khói!?!"
tôi nói chuyện với mẹ tôi, với H.C.
mỗi ngày.
(như nói chuyện với em
nhờ trung gian nhang khói, khác).
.
bây giờ là tháng tám,
hình dung ngày tôi gắn nơ vàng, cho cây ngọc lan
(không thắp nhang)
cầu nguyện cho mọi cuộc đời
(trong đó có em)
dù dưới gốc bao nhiêu lá xanh
(mang tên mẹ tôi đã rụng),
vẫn sống tiếp đời, còn.
với niềm vui nồng hương kỷ niệm, trắng.
khi tôi phải giã từ cuộc sống này.

.
bây giờ là tháng tám.
tôi hy vọng không một người thân nào của tôi,
(luôn tình yêu ta)
phải nhập viện.

.
bây giờ là tháng tám,
hình dung ngày tôi gắn nơ vàng, cho cây ngọc lan
và, bứng nó khỏi sinh phần, riêng.
em đừng hỏi tôi sẽ trồng lại ngọc lan ở đâu?
(câu hỏi không cần thiết).
hơn ai hết,
ngọc lan biết
nơi đến, mới.
nơi (không cần nhang khói)
mọi người đều có thể nói chuyện với ngọc lan.
chốn mang tên:
vĩnh cửu!?!
(cách nói, khác!
của bất cứ điều gì không thể, khác.)

(Garden Grove, Aug. 10 2014)

TÔI NGỒI NHƯ MỘT QUE DIÊM,

tôi nhìn tôi: rất-tôi-rơi.
đất thu xương, thịt. mộ ngồi góc, quên.
tôi trùng tu tôi cơn điên:
tháng, năm chao chát. hồn biên chế nào?

tôi nhìn tôi: rất-tôi-khuya.
đường neo đơn, bóng. phố kêu án, người.
quỷ. ma. tôi đấy! tốt thôi!
đêm thơm xe rác. ngày hôi tiếng kèn.

tôi nhìn tôi: rất-tôi-quên.
bàn tay sáu ngón. dú buồn chín, non
người xa. tôi chấp cung, câm
mây na nhật thực về không kịp, lời.

tôi nhìn tôi: rất-tôi-trôi.
con sông sạt. lở. gió bồi cát, đi.
bên kia tiếng hát xuân thì
lẫn trong hòn đất, hòn chì chiết, thêm.
tôi ngồi như một que diêm...

(Aug. 2014)

MỘT KẺ NÀO TRONG TÔI: ĐÃ BẬT KHÓC?!?

Và, bạn tôi.

1.
cuối cùng, rồi những chùm hoa cũng tàn
bóng tối rủ buổi trưa ngồi chung một băng ghế.
nghe chuyện hạt lệ: di sản đời sau,
đánh luống trên những cánh đồng hư / ảo.
hạnh phúc, khác.
gió vẽ chân dung nụ cười
bằng ngón tay âm nhạc,
của một người đã tan vào thế giới.
(như em vẽ chân dung ngày mai
bằng những bậc thang chẳng cách gì bắt kịp trí tưởng)
bay lên. bay lên. bay lên. bay lên.
tặng phẩm thượng đế
dành cho nhau.
bí nhiệm, xót.
(tựa một lần / vĩnh viễn / mai sau).

2.
cuối cùng, rồi quán xá cũng viết tên chúng ta:
trên vách tường, bàn, ghế, những nấm dù nhiều màu
(bao biện thảm kịch).
mỗi viên gạch lưu dấu từng bước chân
có khả năng khêu thức và, treo cao
nỗi buồn trắng /
khi chúng ta chia tay /
mưa nở hoa trên những cánh đồng mộng-mị-ốm-đau
tôi gọi những con sóng đi hoang. trở về
giữa ngực em
thổn thức. niềm vui
cùng những dặn dò, đuối.

3.
cuối cùng, rồi đôi môi cũng tìm được nơi chôn cất, giấu
kho tàng của nó.
như con tầu viễn dương tàn tạ về bến
nghe muối mặn ăn ruỗng trái tim
bỗng bình an thay thế cánh buồm thốn, tựa lộ trình thất lạc,
luân vũ cùng hồi còi, kỷ niệm
rưng rưng (ngoài ngôn ngữ).
đêm mục rã, thụ thai nắng giêng, hai.
hơi thở ngọt hành lang. ánh sáng nghiêng vai tìm tiếng hát
ấm nỗi buồn tháng, năm rỉ sét những hư không!

4.
cuối cùng, rồi chúng ta cũng tìm được nơi ẩn náu
cho cuộc tình mang theo hơi thở riêng.
tiếng nói riêng. chỗ ngồi riêng. vắng mặt đen
(cùng những buồn bã xám)
dưới chân núi non em tội nghiệp,
dòng sông tôi, dội ngược nhớ nhung, xanh
tựa con thú đêm đêm giật mình
ngửa mặt. nuốt trăng. thấy rừng tháo chạy.
cắt lát nắng / mưa trên ngực tôi / em hiểu gì tiếng nấc?

4Bis.

cuối cùng, rồi mắt, môi cũng tìm được những chùm hoa
                                        trên ngấn cổ.
trên đôi vai lụa nuột
dệt bằng các mẫu tự
bầy con,
chữ hân hoan tìm nhau giữa những lọn tóc.
(mà) mặt kia
là trận bão
(mang tên người xuất hiện cuối đường)
đuổi theo chiếc phi thuyền
vừa vượt ngoài khí quyển.
chúng ta bay. bay. bay. bay. bay.
đem theo mọi bí mật:
ngợi ca ngân hà, mới.
những vì sao xếp hàng
đợi bước ra quảng trường thương yêu
với nụ cười em làm thành thế giới.
đồng thời: khúc lâm chung..
dù tôi nhớ hôm qua,
giữa trưa:
- một kẻ nào trong tôi: đã bật khóc!.!

(Mar - Aug. 2014)

THẢO NÀO! THẾ NHÉ. THƯƠNG YÊU,*

thảo nào ký ức tôi, xanh.
nụ cười cuối mắt, vẫn dềnh cuối, sông.
thảo nào ngón tay mùa đông,
cho tôi lửa ấm mà, không... đụng hàng.
thảo nào nụ hôn vội vàng,
chia tay bến đợi. ngỡ ngàng góc, đêm.
thảo nào thép vẫn cứ... đen,
sớm, hôm vẫn cứ... điệp viên. xuống hàng!.!
thảo nào con cua đi ngang.
mũi tên bay thẳng, riêng nàng đi... lui.
thảo nào cây thích đứng chơi.
con chim hót sảng, tưởng... tôi... là nàng.

thảo nào từng đi xuyên bang,
rừng phong vẫn đỏ lá vàng tương tư.
thảo nào núi sớm đi tu,
bỏ quên một đám sương mù ngưng bay.
thảo nào tay nhớ bàn tay
môi xa xôi nhớ những ngày... ở không!
thảo nào ai đó vẫn mong:
ngày viên kẹo bỗng… tuyên ngôn tỏ tình.
thảo nào trăng cũng… thất kinh
thấy em "cực chất" bóng, hình cũng... siêu.
thảo nào! thế nhé! thương yêu!

(Boston, Nov. 2014)

(*) Nguyên Long soạn thành ca khúc.

Ủ BỆNH GIỮA HƯ VÔ,

mưa ủ bệnh: những con đường cớm nắng
tiếng hát còn ủ bệnh những chia, ly
tôi ủ bệnh: những ngày em nhập viện
cây góc vườn ôm ngực ốm o, ho.

lá ủ bệnh: những mùa hò hẹn, lỡ
môi-khuyết-trăng ủ bệnh nhớ thơ, nàng
chim ủ bệnh: giữa đường bay thất lạc.
tôi ủ tình: người trả lại. trăm năm.

áo ủ bệnh: dệt, thêu hương tóc bạn.
vá nụ cười lên vết rách chênh, chao
tôi ủ bệnh: những ngón tay nhiễm tội
trên thân người. ký ức nhịu chân đi.

ghế ủ bệnh: chỗ ngồi ai sớm bỏ
tội ngọn đèn tự chít lấy khăn tang
tôi tự quấn quanh đầu mưa, nắng, mới
biết người còn ủ giữ nụ hôn, đêm?

đời xưng tụng: nhân gian kia hớn hở!?!
riêng tôi về ủ bệnh giữa hư vô.

(Oct. 2014)

KIẾP SAU, NẾU VẪN NHỚ NHAU: TÌM VỀ (*)

và, tt.miên.

1.
xin em mưa, nắng... quê nhà
nắng cho môi ấm. ngực kề ơn sâu.
mưa khuya, khua thức đoạn, lìa:
núi sông tít tắp! niềm đau quá gần.

2.
xin em sớm, tối ân cần
sớm cho trà cúc. tối trân trọng, tình.
đêm nghe tiếng dội cuối ghềnh.
sáng ra chăn, gối còn thơm mối sầu.

3.
xin em bạc trắng mái đầu!
kiếp sau, nếu vẫn nhớ nhau: tìm về.

(Mass. 11-2014)

(*) Nguyên Long, Đào Nguyên soạn thành ca khúc.

KHỦNG BỐ. TRẮNG,

1.
không biết gió đem biển về lợp mái nhà bao giờ?
tôi tỉnh dậy lúc bày ngựa đã rầm rập sải vó cùng khắp
thân thể.
(tựa chúng đua nhau rượt đuổi những bó cỏ kỷ niệm /
phía trước/
nõn).
thân thể tôi lênh láng /úa/
những chỗ ngồi đã bỏ.
và, những chỗ ngồi,
chỉ em hiểu chúng ta từng khát khao biết chừng nào!?!
sự trộn lẫn mù lòa giữa tương lai và, quá khứ.
(khủng bố. trắng).
.
đêm. mưa.
mùi em và, ngựa:
bù trớt.

2.
không biết gió đem biển về lợp mái nhà bao giờ?
tôi tỉnh dậy lúc bầy ngựa đã rầm rập sải vó cùng khắp
                                        thần trí.
(tựa chúng hồ hởi vứt bỏ sau lưng mọi trói, buộc,
cũ)
thần trí tôi đầm đìa, xanh /
rặng smocking-tree tự chặt bỏ mình.
rồi, kêu cứu.
nắng hét giá... cho chuộc.
em ở đâu?
chúng ta ở đâu?
khi mỗi chia lìa là một phần thân thể mất đi,
không ai tìm lại được!
phải chúng ta đã tuyệt tự hạt giống nhân ái?!?
(khủng bố. trắng).
.
đêm. mưa.
em. rặng smocking-tree
không mùi.
chỉ có vị chát. đắng,
lúc em quay lưng,
khủng bố trắng xông vô,
chẻ đôi chúng ta,
trả cho cống, rãnh.

3.
không biết gió đem biển về lợp mái nhà bao giờ?
tôi tỉnh dậy lúc bầy ngựa đã rầm rập sải vó cùng khắp
                                                    giấc mơ.
(tựa những con sóng nghìn chân, điên cuồng trên những
                                            ngọn bờm nhấp nhô,
khói).
chúng cười khi dễ,
lúc thấy tôi hụt hơi:
cố ngoi khỏi mặt nước.
giấc mơ tôi động kinh,
giữa rừng / em / cháy nở đời sau.
.
đêm. mưa.
dĩ vãng không mùi!.!
chỉ những hạt mưa khóc bằng mùi riêng, trên vai nó.
cuối đường (hay cuối giấc mơ?)
một đám người thất thần, căng biểu ngữ, la ó:
"vô can".
và, đám khác tung hô:
"khủng bố. trắng!"

(Calif. Nov. - 2014)

CẢM ƠN CÁI KIẾN, CÁI ONG. (*)

cảm ơn cái kiến, cái ong
kiến tha thương nhớ. ong trông người về.
con sông không quên lời thề
biển xa xôi mấy vẫn thao thiết tìm.
cảm ơn gói mì ăn liền
mì cho đôi đũa. Bát xin nhớ tình.

(*) Đào Nguyên soạn thành ca khúc.

VÀ, MÁI HIÊN BỖNG LÊN CƠN SỐT...,

cách gì (thì) thời gian cũng đã gạch tên chúng ta khỏi
                              danh sách hành khách
đáp chuyến bay về tương lai.
dù hơi ấm bàn tay em trên ngực tôi
cuối năm,
vẫn còn,
(thở cách riêng của nó).
dù kỷ niệm độc lập trước mọi đổ, vỡ, chia, ly.
vẫn tươi nguyên hạnh phúc / khổ đau:
những nụ hôn, vòng ôm níu. chạy.
.

nếu được, xin em hãy quên đi. hết thẩy!.!

.
cách gì (thì) những con đường chúng ta đã đi qua,
cũng không thể nhớ tên chính nó.
như tiếng giấy gõ xuống trăm năm,
bật. nẩy. / đêm / nhiều dung mạo lạ.
chỉ những con mắt lá,
trợn trắng nỗi buồn,
lắng nghe mưa trút xiêm y, khỏa thân giữa hành lang sâu,
chửi thề ký ức.
người bước lùi mai sau,
ngạc nhiên thấy bóng hình phóng tới.
(em biết mà! con dao không thể tự gọt cán mình
dù sắc mấy!)

.
nếu được, xin em hãy quên đi. hết thẩy!..!

.
cách gì (thì) chúng ta cũng chỉ là những con rối,
chờ định mệnh giật dây,
trên miệng vực hư vô hoàng hôn bủa lưới.

dĩ vãng rẫy dụa,
như những con cua bị vặt hết càng.
chỉ còn mắt em. môi em. ngực em. và, mái hiên bổng lên
                                  cơn sốt trên 100 độ F.
chúng ta giã từ nhau,
lúc những sợi dây thình lình bị ai cứa đứt.
không ai khóc.
(dãy hàng quán cúm nặng, trúng mưa,
cũng không khóc!)
chỉ có ta tự treo cổ mình giữa không gian lầy lội những
                                  thây trôi.
.
Nếu được, xin em hãy quên đi. hết thẩy!..!
.
cách gì (thì) sự thật chúng ta cũng chưa hề đến đây.
- hình hài kia?
- khác chi lời nói dối?
(dù hơi ấm bàn tay em trên ngực tôi
cuối năm,
vẫn còn,
(thở cách riêng của nó).

(Dec. 2014)

CHO TÔI. CHO NHÉ NỖI BUỒN!.!

cho tôi. tuổi nhỏ. xuân thì.
mắt thu âm bản. ngực bù khuyết, vui.
cho tôi nhớ tiếng lúc ngồi
lúc đi nhớ bóng. thấy môi lúc về
cho tôi trời đất quê nhà
tháng hai tiếng hát na theo bưởu sầu.
cho tôi gánh vác nát nhầu,
những thao thiết ấy, đời sau, vẫn còn.
cho tôi. cho nhé nỗi buồn!.!
vui riêng, giữ lại… tôi dòng sông / trôi
cùng trời, cuối đất xa xôi
dù ai không gọi thì tôi vẫn về.
coi tôi như một tên khờ
(với tình yêu ấy, cần gì phải khôn?!?)
một khi tôi: - kẻ thọ ơn.

(2015)

NẾU TÔI KHÔNG CÒN YÊU EM...,

chẳng có gì sai, trái,
nếu mặt trăng nói với bạn rằng:
"tôi đã bị bức tử ngay tự bước chân thứ nhất của Neil A.
                              Armstrong
ngày 20 tháng 7 năm 1969".
.
chẳng có gì sai, trái,
nếu đêm tối nói với bạn rằng:
"tôi có hàng triệu đôi mắt lấp lánh
đẹp như... sao,
chưa một lần ngái ngủ".
.
chẳng có gì sai, trái,
nếu mưa nói với bạn rằng:
"dù không ai bầu, chọn
nhưng tôi vẫn là người giàu có nhất trần gian
với cơ man kim cương và, ngọc biếc".

.
chẳng có gì sai, trái,
nếu dòng sông nói với bạn rằng:
"tôi là người có tấm gương mềm mại,
và bộ nhớ "khủng" nhất nhân loại,
với hình ảnh, kỷ niệm… chỉ mình tôi có được"
.
cũng chẳng có gì sai, trái,
nếu có người nói với bạn rằng:
"tôi một đời đi nhặt những mảnh tình vỡ,
gom thành chiếc bóng dành cho riêng tôi ngày Valentine"
.
nhưng, thật sai, trái,
nếu tôi không còn yêu em như thuở mới gặp
khi mỗi ngày em vẫn không quên cho tôi
một Valentine, mới
- vì ngày nào cũng có thể là ngày cuối cùng của chúng ta,
có phải?

(2- 2015)

CÕI TÔI. CÒN NỬA CHỖ...NẰM, (*)

mưa nâng niu cái dịu dàng
em chăm bẩm cái điệu đàng… hoa khôi(?)
rừng ngồi giẽ tóc, chia ngôi
riêng ai tóc ngắn, dài thôi... nỗi buồn.
chỉ cho tôi nhé con đường
loanh quanh cách mấy vẫn tìm được nhau.
chim về ở với vết sâu
tôi xin đợi tới mai sau: tỏ tình.
chân dung người giữa khung hình
trắng tinh. một cõi bình minh. ngậm ngùi.
tôi xâm môi: nửa nụ cười
cây khô vẫn gửi lời mời viếng thăm:
- cõi tôi. còn nửa chỗ nằm.

(Jan. 2015)

(*) Nguyên Long soạn thành ca khúc.

ĐÔI MÔI EM: VÚ MẸ THUỞ THANH XUÂN,

khi khoảng cách không thể đo bằng thước,
thì tình tôi e phủ mọi chân trời.
em kiếp trước, đời sau không thể hiểu:
sao có người ký ức mãi xanh, tươi!!!
đôi môi em: vú mẹ thuở thanh xuân.
cười: mụ dạy thời nằm nôi ngậm sữa.
không ai chỉ lối vào sâu cõi nhớ!
sao tôi buồn như thể sớm hư không!?!
con đường cụt đi hoài mà chẳng hết!
một khuya thôi đủ ấm biết bao đời.
nhưng tiếng hát đã lìa, xa cửa ngực;
sao vọng âm vẫn gọi ánh sao rơi?
đôi môi mẹ thả tôi vào cõi khác,
như em còn chín, nấu nổi băn khoăn.
đời không thật! duy nỗi buồn có thật!!!
một tên người: lát cắt mấy trăm năm.

(Calif. Mar. 2015)

NHỮNG VÒNG ÔM KẾ TIẾP ĐỜI NÀY,

1.

có thể em không biết
tôi đã trở lại nhiều lần vỉa hè
nơi chúng ta từng ngồi với bạn bè,
trên những chiếc ghế thấp.
bằng hữu cho gọi chúng ta bát cháo trắng,
mắm chưng, củ cải ngâm, tép rang, hột vịt muối…
khi ông già mù với cây đàn guitar ung thư thời kỳ cuối,
xuất hiện.
ông hát chúng ta nghe bài hát có những câu hỏi về cuộc đời,
sự sống và lẽ chết.
(bài hát mà cả hai chúng ta cùng muốn tránh - -
sợ dẫm lên bóng mình!)
tôi không nhớ sau đó em, hay một người bạn nào đã đứng lên,
dúi vào tay ông già mù một khoản tiền.
(tôi nghĩ không nhỏ).
trước khi ông già mù với tiếng hát sáng trưng kỷ niệm
                                                         một thời
và thăm thẳm màu đen -- giải băng tang kéo dài cuối kiếp,

đặt tay lên vai người vợ tấm cám của mình
để bà dắt ông đi tiếp phần còn lại của một đêm tháng ba,
                              bập bềnh tuyệt vọng (?)
tôi đứng lên.
cũng đặt tay lên vai ông.
tôi không nhớ có nói gì với ông già mù?
in là không!
dường tôi chỉ muốn nói với ông lời cảm ơn
hoặc chúc lành.
nhưng khi tôi nghe được một điệu nhạc quen thuộc siêu tán
                              nào đó,
từ trái tim ông trổ trên những mẩu xương vai hầm hố
tôi tự hỏi:
- cần thiết không? dù lời chúc phúc?
khi chỉ vài phút nữa,
dòng đời sẽ lại cuốn chúng ta
(những chiếc lá sâu ăn)
dạt, trôi về cõi khác!

.
phải em muốn hỏi:
những buổi tối trở lại hè đường Hàm Nghi
tôi có gặp ông già mù
với tiếng hát sáng trưng từ trái tim bấu, nài sự sống?
và, tôi sẽ nói gì trong những gặp lại kia?
tôi nghĩ, nếu gặp lại,
tôi sẽ nói với ông
lời cảm ơn muộn!..!
cảm ơn tiếng hát chưa bao giờ tôi nghe,
hay đến thế
(dù rất sợ…)
tôi cũng sẽ cảm ơn ông
cho tôi hiểu: như ông,
tôi may mắn,
có người đàn bà không chỉ đưa vai làm gậy…
(mà) còn cho tôi cả đôi tay
cùng trôi về cuối sóng.

.
em, trầm tích những dòng sông quá vãng.
như quê hương, xanh tóc mẹ bao đời.

2.

có thể em không biết
tôi đã trở lại nhiều lần căn nhà có bậc thềm cao
cây cau sân trước:
treo những mảnh lụa xanh thêu chỉ trắng - -
rớt hương vào căn phòng
(tôi gọi *căn phòng* vì không tìm được chữ nào khác
tương xứng với chiều rộng và dài,
chỉ đủ chỗ kê một chiếc ghế bố).
ở đó
em còn nhớ?
chúng ta đã yêu nhau
bất kể thời khắc.
ở đó, những giọt mồ hôi em
tươm ra
(như những giọt mật chắt ra từ rổ khoai luộc)
và, mưa
kéo dài nhiều ngày,
cũng tươm những giọt mật riêng của chúng
(những giọt mật óng nỗi lo sợ mất nhau
một ngày không hẹn trước).

.

phải em muốn hỏi tôi:
có thấy bể nước với cây mai chiếu thủy
vồng khoai mì bên hông?
chiếc trõng tre nơi Đẻ ưa ngồi gần chiếc bếp thường khi
nguội, lạnh!!!
(như chiếc bóng bà,
rất thường khi nguội, lạnh).
tôi nói, mọi thứ vẫn còn đó
kể cả những cơn mưa
những khóm tre lầm lì
ôm dẻo đường đất nắng, mưa lầy hiu quạnh.
lạch nước ốm co, duỗi tay, chân:
những ngày tôi ngồi nhìn em giặt quần áo trên phiến đá
trơ gan!
tất cả mọi thứ vẫn còn đó.
chỉ căn phòng nơi chúng ta yêu nhau bất kể giờ giấc
thì không còn.
(như nhiều người đã đi xa.
rất xa!)
tôi ngồi xuống bậc thềm cao
nghe hương tóc, mùi mồ hôi và, những giọt mật
phả vào gáy tôi
- điều gì?
- tựa những lời nói dối

.
mỗi chúng ta thường tự chôn cất mình
trong huyệt đời cùng những điều không thật.
một khi em ra đi
(thì) kể như ngôi nhà đã chết.
(như vầng trăng không đuổi kịp mặt trời).

3.

có thể em không biết
tôi đã trở lại nhiều lần căn nhà gạch làm thêm giữa vườn
gần giếng nước và, gốc khế thanh niên.
nơi chúng ta ôm nhau lần thứ nhất.
đêm đầu tiên tôi đến,
dế râm ran,
tựa mừng, đón tôi
bằng bài quốc-thiều-dân-dã-quê-nhà
cùng bầy đom đóm mang theo những ngọn nến bé xíu
kiếm tìm chút ấm êm
trước khi đời sớm tắt!

.
phải em muốn hỏi tôi
có nhớ đường về?
gầu nước giếng…?
khuya, em chong đèn chờ tôi tắm?
tôi nhớ chứ.
mọi thứ vẫn còn đó:
ngôi chợ họp ven sông
trước khi rẽ trái vào ngõ cụt.
đường uốn khúc. bức tường dài vẫn thở dốc rêu phong.
ngôi nhà chính nâng cấp.
chỉ căn nhà làm thêm
(nơi tôi ôm em lần thứ nhất)
không còn.
những con dế đồng ca bài quốc-thiều-dân-dã-quê-nhà
không còn.
bầy đom đóm mang theo những ngọn nến bé xíu
không còn.
gốc khế cho tôi mầu tím-huế-em
cũng không còn.
ai đó đã chặt đi!!!
(- cho điều gì?
- hiện đại hóa thành phố?
- có thể chính người chặt cây cũng chẳng rõ!!!)

4.

có thể em không biết,
tôi ngồi xuống thành giếng cạn,
hiểu không ai có thể cho lại tôi những gầu nước xưa
(cùng khăn tắm, xà bông…
làm bởi tình yêu em thuở đó).
nhưng tôi biết,
kỷ niệm tự sinh sôi
khi nó đã vượt qua ngưỡng sự chết.
tựa đời sau
dẫu thất lạc nhau,
mùi hương kia sẽ giúp chúng ta gặp lại
(như mặt khác của định mệnh bất lực
trước tình yêu:
những vòng ôm kế tiếp, đời này!!!)

(Mar. 2015)

NHỮNG NGÀY TÔI MẤT TÍCH,

1.
khi tôi đến,
những gốc hồng khô khốc, gác cửa
bảo: em không có nhà.
em đi vắng đã lâu.
chẳng ai biết bao giờ em mới trở lại!?!
tôi tần ngần tự hỏi có nên vào?
chiếc phong linh treo đầu hành lang gỗ
dịu dàng nhắc:
- nắng lắm đấy…
nán lại chút đã!.!
cùng lúc những dây hoa chuông treo ngược
lấp lánh tiếng ngân, câm.
trên cánh tay nối dài của dây tử linh lan
những chấm đỏ rung nỗi niềm, đen
(chia buồn người lỗi hẹn?)

.
tôi ngồi xuống chiếc ghế mây.
trưa yên ắng.
như những nốt lặng (không thăng, giáng)
nơi bản nhạc cuối cùng của người nhạc sĩ,
qua đời đã lâu.
khi người đàn bà cuối cùng cũng bỏ đi
(cô muốn tìm cho mình một nốt lặng nằm ngoài
                              khuôn nhạc?)

.
trên chiếc bàn vuông,
vết son, dấu nhạt (tựa nán chờ tôi?)
trên miệng tách trà.

.
tôi nhớ những buổi trưa chúng ta ngồi uống trà…
thực ra chúng ta không uống trà!!!
chúng ta uống nỗi chia, xa
(và), xót, thương nhau. lận đận.

.
tôi uống từ ngực em
hương sen ướp kỷ niệm.
tôi uống từ cổ em
mùi dầu gió xanh
pha kẹo chanh
luôn cả những điều cần giữ lại.
đó cũng là nơi tôi từng cúi hôn em
môi quên son
(thơm biệt, ly
ngay khi chúng ta đang là một).
.
nhân gian không tìm mình!
họ tìm ai nơi bóng hình kẻ khác?
ngộ nhận kép!?!

2.

khi tôi đến
người bạn già ngỡ ngàng,
ôm ngực ho.
ông hỏi tôi,
phải bên ngoài đang mưa?
tôi nói,
vâng. tầm tã!!!
ông hỏi thăm những ngày tôi mất tích.
tôi nói,
tôi vẫn ở đây kia mà!
(kể cả khi tôi thực sự không còn nữa).
người bạn già hỏi có đói?
tôi nói,
hẵng gượm…
ngay bây giờ,
xin cho tôi một chỗ ngả lưng.
người bạn già dẫn tôi vào căn phòng ẩm, mốc.
ông bảo, lâu rồi không có người ở lại.
tôi bước tới chiếc cửa sổ nhỏ
đóng / mở bằng tay sắt quay.
hoen rỉ.
mưa dịu dàng
ký thác vào khung kính những giọt lệ
buốt.
tưởng niệm.

.
dưới thấp,
sân tập bóng
(không người chơi),
ngước nhìn tôi.
tôi nghe được
tiếng trái banh quá khứ
bật / dội liên hồi những tử âm,
mang theo nhiều giọt nước…
nơi bức tường vỡ.

3.

khi tôi đến
ngôi nhà có cây hoa sứ
sủi bướu / ngả, nghiêng / tháng, năm ân, nghĩa.
một người giống tôi:
mở cửa.
bước ra.
từ tốn,
bảo tôi vào!!!

(Garden Grove, Mar. 8-2015)

THƠ Ở NGH,

tĩnh lặng người, trong tĩnh lặng, tranh
con đường khấp khểnh. *chỗ ngồi rơi**
nắng đi tìm gặp mưa đời trước
gieo xuống trần gian hạt lẻ loi.

tĩnh lặng chìm, trong tĩnh lặng, quen
như nỗi buồn riêng, ngoài cửa chung
nhánh cây phân hủy - trơ thân phố
đáy cùng đổ, nát: dương cầm, lên

tĩnh lặng ngừng, trong tĩnh lặng, trôi
gió lật kèo treo niềm hổ ngươi
vầng trăng tự vẫn thời con gái
mưa giáp hạt, bầm chiều đi lui

tĩnh lặng nguồn trong tĩnh lặng, sông
biển nằm. thân động. bóng di căn
tháng ba. ký ức xanh cao tốc
ngựa thồ đêm, tịnh. cõi tư riêng.

tĩnh lặng chiều trong tĩnh lặng, chim
lược soi gương lạnh: sợi oan khiên
lấm lem thân-thế-khuya như kiếp
hạt máu nào trong từng chấm đen?

tĩnh lặng… cười, trong tĩnh lặng… câm
gập ghềnh thân thế. xóc. gai đâm
mực, sơn vói tới chân trời khác?
quay lại. ghế khô. bàn trơ xương!..!

tĩnh lặng đời, trong tĩnh lặng, nghe
xuống tay, chữ, nghĩa chùn cán dao
sớm, hôm cháy nổ triền thao thiết
sống / chết gần bên bóng, nghẹn ngào.

tĩnh lặng còn, trong tĩnh lặng, xa
vẽ vời thế sự chỉ thêm đau.
cười vang, tỏa: giấu niềm thương bạn
tự hỏi mai này liệu thấy nhau?

tĩnh lặng Ngờ, trong tĩnh lặng, Tê
lặng hoa thương tổn những về / đi
trái tim ngũ sắc sau giông bão
sưng, tấy tâm mình bao vết khâu?.!

(California April 2015)

(*) Tựa đề một bức tranh của Trần Thị NgH.

THI SĨ (*)

xin hãy uống cùng tôi:
thủy triều tăng muối mặn
nước mắt tự bao đời
tồn lưu trong mỗi kiếp.

xin hãy nhớ giùm tôi:
nửa nhân gian lạnh. đói
cho tới tận cuối đời,
vẫn còn thèm miếng bánh!

xin lắng nghe cùng tôi:
tiếng rú, gầm bom đạn
trái đất vạc dầu sôi
bốc hơi bao hạnh phúc.

xin hãy thấy cùng tôi
hận thù như ngọn lửa
chết rồi vẫn chưa nguôi
còn cháy bùng cõi khác.

xin hãy là thi sĩ:
trái tim như lẵng hoa.
đời nào rồi cũng qua
khởi tự ta: nhân ái.

xin hãy hát cùng tôi
bài ca nhân loại, mới.
ta rồi sẽ xa khơi,
riêng niềm vui nở, mãi.

niềm vui sẽ sinh sôi,
dù tôi không còn nữa.

(Mar. 2015)

(*) Nguyễn Mạnh Cường soạn thành ca khúc.

TÔI LÀ...!?!

ngồi như cục đất chưa nung
ngồi như cục đất đã khuôn trong, ngoài
tôi là tôi một hay hai?
tôi là tôi nữa? hay thôi? tôi là...!?!

(5-2015)

THƠ NHẶT TỪ TRÁI TIM NẮNG, GIÓ, CŨ,

1.
dĩ nhiên em không biết,
tôi mới trở lại xa lộ 101. cách của tôi
nơi chúng ta đã đi qua
rất nhiều thành phố
San Jose, Fremont, Santa Cruz, Monterey, Berkeley...
nơi mưa, nắng cũng từng đi qua
và, để lại trái tim của chúng.
nơi chúng ta có rất nhiều bằng hữu...
và, mỗi người giữ một mảng đời ta,
(dành cho kỷ niệm?)

2.

dĩ nhiên em không biết
tôi mới trở lại xa lộ 101. cách của tôi.
nơi nắng, mưa cũng có khá nhiều bằng hữu...
dù hầu hết không ai còn nhớ chúng!!!
như chẳng chiếc lá nào nhớ nổi tiếng hát mình trước khi rơi
con gió nào cũng trượt uốc niềm vui
khi lụa nuột tiếng ru dỗ-dành-thời-mới-lớn.

tôi đã trở lại Bay Beach.
biển bên trái.
đồi, núi, nhà cửa mọc trên vai nhau, bên phải
Frisco,
thành phố chúng ta có khá nhiều bằng hữu...
tôi không có ý định ghé thăm Duy Thanh ở đường Pork
Trần Hoài Bắc ở Font Blvd.
dù đã chuẩn bị cho mình thời gian ngồi lề đường phi trường
                                              Frisco.
coi có thể tìm thấy trái tim nắng, mưa rớt, rơi đâu đó?

3.

dĩ nhiên em không biết
tôi rất muốn trở lại nơi chúng ta có hơn một lần tìm nhau
nhưng,
tôi không muốn chẻ tôi thành hai:
kẻ ngồi chờ phi trường
cũng là kẻ đã bốc hơi
không dấu vết!!!.
(vì thế) đêm qua mưa, nắng bảo:
sẽ tặng tôi trái tim chúng.
những trái tim chỉ có thể cho tôi... một đời quên lãng
như, ngón tay không thể tự nắm ngón tay mình.
(như tôi không thể tự hôn mặt tôi
đã... khuất!.!)

(Từ sổ tay tháng 6-2014)

TA ĐI QUA ĐỜI MÌNH: KHÔNG PHÓ BẢN,

1.
hà cớ gì phải nhắc nhở nhau, kiếp sau?
khi sớm mai vẫn đem mặt trời về cho đôi môi em.
(sau khi chúng đã dụ dỗ những bông poppy
nở khắp cùng ký ức).
và những chùm tử uyên ương
nhắc nhở tôi ghế, bàn, hàng hiên ngày, tháng ấy.

2.
hà cớ gì phải nhắc nhở nhau, kiếp sau?
khi buổi trưa vẫn đem nắng vàng
trải cùng khắp thân thể em
như tranh / với những phần trắng nhất /
(chỉ tôi thấy).
và, những con hummingbird không hề nói *"...hà cớ gì..."*
vẫn lặng lẽ dành dụm phấn hoa chanh dây
tặng tôi
lúc cúi xuống ngực em: mật. hương
(vườn dụ-cảm).

3.
hà cớ gì phải nhắc nhở nhau, kiếp sau?
khi buổi chiều vẫn thả tiếng chim vào giọng nói em
như chúng ta vẫn thả vào tâm hồn nhau
niềm vui và, nỗi buồn
hái tự rừng cây nhân gian ly, tán.
khi hoàng hôn nán lại, nhắc nhở em:
đừng nữa nha, nói về đời khác!.!
hãy để núi thu mình / nhập thất
giữa lúc mây tiếp tục gửi ta hò hẹn mưa,
không báo trước.
(những hạt buồn mắt em,
giăng đầy ngõ hư-không-định-mệnh, lớn.

4.
hà cớ gì phải nhắc nhở nhau, kiếp sau
khi hằng đêm, chúng ta vẫn đắp chung
tấm chăn tình yêu
ẩn mật những vì sao (ngân hà, mới).
đời sống vẫn vân lên bí ẩn riêng, của ngọc
như tôi đã tìm em trong cửa-hẹp.
ta đi qua đời mình:
- không phó bản!.!

5.
hà cớ gì phải nhắc nhở, kiếp sau?
ngay cả khi chúng ta không thể có nhau
huống hồ chi:
- sự thật, đâu phải thế?

(California, June 2015)

TÔI THẤY TÔI RẠNG ĐÔNG: TỪ MÔI NGƯỜI TRÁI CẤM,

mưa như dấu chấm than (!)
đầy lòng tôi trang giấy.
dăm con chữ xốn xang,
hỏi tôi về người ấy.
lần theo vết thương tâm:
tôi thấy tôi trốn. chạy.

mặt đường như tấm gương
hắt lại hình ai đấy.
những hàng cây lao lung
vẽ nụ cười... phản biện.
đêm ngạt ngào vuông khăn
phủ buồn tôi trông cậy.

chiều song sinh dòng sông,
trôi theo triền tóc ngắn.
những cánh chim về không,
bỏ sau lưng bớt-nắng.
bàn tay người bao dung:
- e đời sau tuyệt tự

tôi thấy tôi rạng đông:
- từ môi người: trái cấm.

(Garden Grove, July 2015)

THƠ ẤU TÔI HỒI SINH,

chim không chọn đường bay.
lửa cháy ngoài trí nhớ.
người bỏ quên bàn tay,
trên ngực tôi ngưng thở.

thơ ấu tôi hồi sinh
giữa rừng em cỏ mượt.
chiều rơi những thời kinh - -
mưa tìm khung cửa đợi.

niệm! từng niệm hư vô /
mai này, tôi trái rụng!..!

(Sept. 13 - July 15)

VÀ, EM YÊU, ĐỘ LƯỢNG,

dĩ vãng tôi dòng sông
kỷ niệm người bến đậu.
cảm ơn đời bao dung.
và, em yêu, độ lượng.

(July 2015)

CỬA THIÊN ĐÀNG HÉ MỞ

tôi tín hữu của tình ai hiến, tặng
thánh đường là vòm tóc ủ vai, thơm
vầng trán em nhật, nguyệt mãi thanh xuân
như đôi mắt thẳm, sâu tôi cuối kiếp.

tôi tín hữu của tình ai hiến, tặng
kinh cầu là tiếng hát tự tâm, vui
dù mất hút hay, hôm nay tái hiện
(như con đường chẳng thể tự chia phôi.)

tôi tín hữu của tình ai hiến, tặng
cảm ơn người cúi xuống cõi xanh xao
đôi môi em: cửa thiên đàng hé mở
địa ngục tôi rực rỡ sao khuya

tôi tín hữu của tình ai hiến, tặng
bên chỗ ngồi em, thương, nhớ vây quanh.
tôi mưa, nắng những bài thơ không viết
sợ bão bùng che lấp dung nhan.

tôi tín hữu của tình ai hiến, tặng.
những hồi chuông gõ cửa cõi thiêng liêng.
Biển ca ngợi sông tìm nhau nức nở
em chính là giáo chủ của tôi, riêng!!!

www.ingramcontent.com/pod-product-compliance
Lightning Source LLC
Chambersburg PA
CBHW031246230426
43670CB00005B/65